இடர் ஆழி நீங்குக

கரிகாலன்

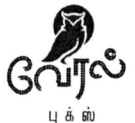

வேரல்
புக்ஸ்

வேரல் புக்ஸ் வெளியீட்டு எண்: 70

இடர் ஆழி நீங்குக • கரிகாலன்© • கட்டுரைகள்
முதல் பதிப்பு: ஆகஸ்ட் 2023 • பக்கங்கள்: 174
வேரல் புக்ஸ். 6, இரண்டாவது தளம், காவேரி தெரு, சாலிகிராமம், சென்னை – 600093.
மின்னஞ்சல்: veralbooks2021@gmail.com • தொலைபேசி: 9578764322.
அட்டைவடிவமைப்பு: லார்க் பாஸ்கரன் • லேஅவுட்: சந்தோஷ் கொளஞ்சி

Idar Aazhi Neenguga • Karikalan© • Essays.
First Edition: August 2023 • Pages: 174
Veral Books. No: 6, 2nd Floor, Kaveri Street, Saligramam, Chennai – 600093.
Email ID: veralbooks2021@gmail.com • Phone: 9578764322.
Wrapper Designed by: Lark Bhaskaran • Layout Designed by: Santhosh kolanji

Rs. 220

ISBN: 978-81-964126-7-8

இடர் ஆழி நீங்குகவே!

வெகுசன இதழொன்றில் தொடர் கட்டுரை எழுதும் வாய்ப்பை அளித்தார் நண்பர் வசந்தராஜ். கோகுலம் கதிர் எனும் மாத இதழ். அவ்விதழை வாசித்ததில்லையே? என்றேன்.

இரண்டு இதழ்களை அனுப்பிவைத்தார்.

தோற்றத்தில் பக்தி இதழ் போல காட்சியளித்தது.

புரட்டினால் ஆங்கிலத்தில் வந்த Readers digest இதழையொத்து உள்ளடக்கங்கள் இருந்தன.

கோகுலம் கதிர், ராணி, மாலை மலர் குழுமத்தைச் சேர்ந்த பத்திரிகை. மாற்று கருத்துக்களை இதில் எழுத முடியுமா? தயக்கம் இருந்தது.

உங்களைத் தொடர்ந்து முகநூலில் படிக்கிறேன். எந்தக் கட்டுப்பாடும் இல்லை. தமிழர் வாழ்வியல், பண்பாடு சார்ந்து எழுதுங்கள்! என்றார் வசந்தராஜ். ஒவ்வொரு மாதமும் 20 ஆம் தேதி dead end. கடைசி நேரத்தில் வேலைகளைச் செய்பவன்.

அது கோவிட் காலம். நேரம் நிறைய இருந்தது. நமது சோம்பலைக் கலைக்க இது ஏதுவாக இருக்கும் எனத் தோன்றியது. எழுதுகிறேன் என்றேன்.

பெருந்தொற்று காலம் என்பதால் 'சாதலும் புதுவது அன்றே' தலைப்பிடலாமா? யோசித்தேன்.

யாரையும் பயமுறுத்த வேண்டுமே. இன்னும் நேர்மறையாகத் தலைப்பிடலாம். யோசித்தேன். கணியன் பூங்குன்றனின் அதே பாடலில் இருந்து 'நோதலும் தணிதலும்' தொடருக்குத் தலைப்பாக வைத்தேன். துன்பமும் ஆறுதலும் மற்றவர் தருவதில்லை எனும் பொருள் கோவிட் காலத்துக்குப் பொருத்தமாக இருந்தது.

சில மாதங்களுக்குக் கட்டுரை பொருளை நானே தேர்ந்தெடுத்தேன். சில மாதங்களுக்கு வசந்தராஜ் கூறுவார். சங்க இலக்கியம், பக்தி இலக்கியம் வாழ்வியல், பண்பாடு, நுண்ணரசியல், ஆளுமை வளர்ச்சி, நம்பிக்கையளித்தல் போன்ற உள்ளடக்கங்களோடு தொடர் வளர்ந்தபடி இருந்தது.

வெகுநாட்களுக்குப் பிறகு, (ஹாஸ்ட்டலில் படித்தபோது அப்பா அனுப்புவார்) எங்கள் போஸ்ட்மேன், 'உங்களுக்கு மணி ஆர்டர் வந்திருக்கிறது!' என்றார்.

நமக்கு யார் அனுப்பியிருப்பார்கள்? யோசித்தேன். கோகுலம் கதிர் அனுப்பியிருந்தது. இப்படி மூன்று ஆண்டுகள், தினசரி தேநீர் செலவை கோகுலம் கதிர் கவனித்துக் கொண்டது.

அது ஒரு feel good தொடராகப் பரிணமித்தது. எங்களுக்கு இரண்டு வீடு தள்ளி ஓய்வுபெற்ற தலைமையாசிரியரொருவர் வசிக்கிறார். கோகுலம் கதிர் வாசகர். தொடர் குறித்து நட்போடு பேசினார்.

என்னை என் பக்கத்து வீட்டுக்காரரிடம் கொண்டு சென்றது கோகுலம் கதிர். நான் யாராக இருக்கிறேன்? என்பதை கோகுலம் கதிர் எனக்கும் காட்டியது.

இக்கட்டுரைத் தொடரை வேரல் புக்ஸ் நூலாகக் கொண்டுவருகிறது. நூலுக்கு வேறு பெயர் சூட்டலாம் எனத் தோன்றியது. ஒரு தேநீர் அமர்வில் 'இடர் ஆழி நீங்குக' தலைப்பை தேர்ந்தெடுத்துக் கொடுத்தார் பொய்கையாழ்வார்.

இக்கட்டுரைகளை எழுதவைத்த அன்பிற்கினிய வசந்தராஜ், நூலாகக் கொண்டுவரும் கவிஞர் அம்பிகா குமரன், அட்டையை அழகுற வடிவமைத்த கவிஞர் லார்க் பாஸ்கரன் இவர்களின் அன்பைப் போற்றுகிறேன்.

இடர் ஆழி நீங்கட்டும்.

அன்புடன்
கரிகாலன்
விருத்தாசலம்.

பொருளடக்கம்

1. சுயசார்பு — 7
2. தமிழரின் மருத்துவ அறிவு — 9
3. எது இல்லையோ, எது இருக்கிறதோ — 13
4. அணி — 16
5. விமானங்களும்... சிட்டுக்குருவிகளும்... — 21
6. டிசம்பர் மாதமும் தமிழர் இசையும் — 26
7. நேர்மறை எண்ணம் வளர்ப்போம் — 32
8. தாய்மொழி காப்போம் — 37
9. மகிழ்ந்திருங்கள் — 44
10. அற்றைத்திங்கள் அவ்வெண்ணிலவில் — 49
11. ஆனந்தம் விளையாடும் வீடு — 53
12. எளிய சனங்களின் தமிழாசான் — 58
13. மீண்டும் நந்தன், மீண்டும் காரைக்காலம்மை — 64
14. கைத்தறி உயர்வு செய் — 70
15. பக்தி இலக்கியங்கள் — 73
16. இரண்டு தமிழ்ச் சான்றோர்கள் — 77
17. கோவை மாணவிக்கு நிகழ்ந்த வன்முறை — 82
18. மானுடம் பூக்கட்டும் — 86
19. அழகிய தமிழ் மகள் — 89

20. இடர் ஆழி நீங்குகவே	93
21. நல்லை அல்லை	99
22. வையத்துள் வாழ்வாங்கு வாழும் கலை	101
23. ஃ	104
24. அம்மாவை ஞாபகம் கொள்வது	107
25. பாடலில் உயிர்த்தெழும் கவியரசு	115
26. வாளால் அறுத்துச் சுடினும்	125
27. விதைத் திருவிழா	128
28. பிவிஆரும் லஷ்மி டாக்கீஸும்	132
29. மார்கழி இசை	136
30. தை நினைவுகள்	140
31. ஆதலினால் காதல் செய்வோம்	144
32. தையலைப் போற்றுவோம்	148
33. சித்திரையே வா	153
34. சுமை	156
35. அப்பாவின் சைக்கிள்	158
36. அறம்புரி சுற்றம்	161
37. உயிர்களிடத்தில் அன்பு வேண்டும்	164
38. பாட வேறுபாடு	169
39. ஜீன்ஸ் பெரியார்	173

1. சுயசார்பு

இது ஸ்ரீபத் தபோல்கரைப் பற்றிப் பேசுவதற்குப் பொருத்தமான தருணம். தற்சார்பு குறித்து அனைவரும் விவாதிக்கின்றனர்.

இந்தத் தனிமைப்படுத்துதல் காலம், மக்களைத் தற்சார்பு குறித்து சிந்திக்கவும் செயல்படுத்தவும் தூண்டி உள்ளது. கேரளாவில் ஒரு ஆட்டோ டிரைவர். பினராயிக்குப் பக்கத்து ஊர். பெயர் ஷாஜி. அவரது கிணறு தூர்ந்து போனது. இந்த லாக்டவுனில் ஷாஜி, அவரது மனைவி பீனா, கல்லூரியில் படிக்கும் மூத்த மகள் பின்ஷா, பிளஸ் 1 படிக்கும் அபிஜே ஆகியோர் சேர்ந்து கிணறு தோண்டினார்கள். 14 நாட்களில் 35 அடி வெட்டினார்கள். தண்ணீரைப் பார்த்து மனம் குளிர்ந்தார்கள்.

அரசுகளை நம்புவது, மானுட நலம் காக்க அது மறுக்கிறபோது போராடுவது ஒரு பக்கம் இருக்கட்டும். இன்னொரு பக்கம் நாம் தற்சார்போடு வாழப் பழக வேண்டும். ஸ்ரீபத் தபோல்கர் ஒரு கணித ஆசிரியர். மகாராஷ்டிராவில் பிறந்தவர். காந்திய சிந்தனைகளை ஏற்றவர். இவருக்கு விவசாயம் குறித்து ஒன்றுமே தெரியாது. ஒரு நாள் வயற்காட்டின் வழியே செல்லும்போது மண்புழுக்கள் இறந்துகிடப்பதைப் பார்த்தார். அன்றிலிருந்துதான் இவரிடம் இயற்கை வேளாண்மை குறித்த சிந்தனை தோன்றுகிறது. மசானபுஃபுகோகாவின் ஒற்றை வைக்கோல் புரட்சிபோல இவரது கால்காணி விவசாயம் எனும் வேளாண் தத்துவமும் புகழ்பெற்றது. நம்மாழ்வார் போன்றவர்கள் இவரைப் பின்பற்றியிருக்கிறார்கள்.

கால்காணி நிலத்தில் ஒரு சாண எரி வாயு அடுப்பு, காற்றாலை, சிறு வீடு, மீன் குட்டை, நெல், மூலிகைகள், எண்ணெய் வித்துகள், கால்நடைகள் அமைப்பது குறித்து திட்டம் வகுத்தவர்.

இயற்கை உரங்களை நமது தோட்டங்களிலிருந்தே சேகரிப்பது, நீர் ஆவியாகாமல் இருக்க, களை முளைக்காமல் இருக்க நிலப்பகுதியை குப்பைகளால் மூடுவது எனச் சிந்தித்தவர். இந்தத் தனிமைப்படுதலில் எங்கள் தோட்டத்தை மேலும் சீரமைத்தோம். முருங்கை காய்த்துத் தள்ளியிருந்தது. மாங்காய்க்கும் பஞ்சமில்லை. வாழையும் கைகொடுத்தது. துவையலுக்குக் கருவேப்பிலை. நண்பர்களுக்கும் தந்தோம். எதிர் ஆற்றலை வளர்க்கும் எலுமிச்சை. நூறு காய்களாவது இருக்கும்.

கோடையின் ருசி நிறைந்த பலா. வாரத்திற்கு இருமுறை பறிக்குமளவு மணத்தக்காளி, பொன்னாங்கண்ணி. எங்கள் தோட்டம் இந்தத் தனித்திருக்கும் காலத்தில் எங்களுக்கு வெகுவாக உதவியது.

தற்சார்பு வாழ்வுக்குத் திரும்ப வைரஸ் நம்மை எச்சரிக்கிறது. ஒரு காலத்தில் எங்கள் பசிக்குத் தேவையான எல்லாமும் எங்கள் அடுக்குப் பானைகளில் இருந்தது. இன்று சூப்பர் மார்க்கெட்டை நம்பி இருக்கிறோம். நமது மொட்டை மாடிகளுக்கு ஆண்டெனா பெருமையில்லை. ஒரு மண் சட்டியில் வளர்க்கும் கத்திரிச் செடியே நமக்குக் கௌரவம் என்கிற சிந்தனையை வைரஸ் காலம் நமக்கு உணர்த்தியிருக்கிறது!

◘

2. தமிழரின் மருத்துவ அறிவு

தமிழர்கள் சங்காலம் தொட்டு மருத்துவ அறிவியலில் தேர்ச்சியுடையவர்களாகத் திகழ்ந்தார்கள். கி.மு காலத்திலேயே நம்மிடையே நிறைய டாக்டர்கள் இருந்ததை, சங்க இலக்கியம் படித்த அனைவரும் ஒத்துக் கொள்வார்கள்.

மருத்துவன் தாமோதனார், மருத்துவன் நல்லச்சுதனார் போன்ற புலவர்கள் கவிதைகள் மட்டும் எழுதவில்லை. வைத்தியமும் செய்திருக்கிறார்கள்.

நம்முடைய வள்ளுவரே, எம்.டி படிக்காத மருத்துவர்தான். வயிற்றுவலியென்று வள்ளுவரிடம் ஒரு நோயாளி போய் நிற்கிறார். அவரை பரிசோதிக்கும் வள்ளுவர்,

'மருந்தென வேண்டாவாம் யாக்கைக்கு அருந்தியது
அற்றது போற்றி உணின்.'

என்று பிரிஸ்கிரிப்ஷன் எழுதித் தருகிறார். முன் உண்ட உணவு செரித்தபிறகு சாப்பிடு. மருந்தெல்லாம் வேண்டாம்! என மருந்து சீட்டு எழுதிக் கொடுத்த மக்கள் வைத்தியர் அவர்.

இன்னொரு முக்கியமான மருத்துவர் தமிழில் இருந்தார். அவர் தொல்காப்பியர். இன்று கேன்சர் நோய், ஒரு உறுப்பை பாதித்தால், அந்தப் பகுதியை வெட்டி எடுத்துவிடுகிறோம். இதை அன்றே பாடியிருக்கிறார் தொல்காப்பியர்.

சொல்லதிகாரம் சொல்லவந்தவர்,

'அறுத்தலின் குறைத்தலின் தொகுத்தலின் விரித்தலின்.'

என தன் மருத்துவ அறிவையும் காட்டுகிறார். அறுவை சிகிச்சை

செய்து ஒரு பகுதியை நீக்கும் முறை தமிழரிடம், பண்டைக் காலத்திலேயே இருந்தது, என்பதை இத்தொல்காப்பிய வரிகள் மூலம் நாம் அறியலாம்.

போரில் பெரும் புண்பட்ட வீரர்களுக்கு மருத்துவம் செய்வதோடு, அவர்கள் தங்கியிருந்த (மருத்துவ)மனையைத் தூய்மையாக வைத்திருக்கும் வழக்கம் தமிழரிடம் இருந்தது. வேம்பு, மற்றும் இரவமரத்தின் தழைகளை காயமடைந்தோர் வீடுகளில் செருகி வைத்தனர். நோயாளிகள் தங்கியிருந்த அறையில் இனிய இசையுடைய பண்களைப் பாடச்செய்தனர். (மியூசிக் தெரஃபி என்று ஒரு மருத்துவ முறையே இப்போது இருக்கிறது) அவ்வறைகளில் நறுமணப் பொருள்களைப் புகைத்த வழக்கமும் இருந்தது.

இந்தச் செய்திகளை,

'தீங்கனி யிரவமொடு வேம்புமனைச் செரீஇ
வாங்குமருப் பியாழொடு பல்லியங் கறங்கக்
கைபயப் பெயர்த்து
மையிழு திழுகி
ஐயவி சிதறி யாம்ப லூதி
இசைமணி யெறிந்து '

எனும் அரிசில்கிழார் (புறம் 281) பாடலிலிருந்து அறியமுடிகிறது.

பரணர் என்ற புலவர் பழங்கால தமிழர்கள் அறுவை சிகிச்சை செய்த பிறகு, தையல் போட்ட காட்சியை —

'மீன் தேர் கொட்பின்
பனிக் கயம் மூழ்கி
சிரல் பெயர்ந்தன்ன
நெடு வெள் ஊசி
நெடுவசி பரந்த
வடு வாழ் மார்பின்
அம்பு சேர் உடம்பினர்ச் சேர்ந்தோர்'

என பதிற்றுப்பத்தில் (42. 2. 5) பாடுகிறார்.

மகட்பாற் காஞ்சித் துறைப் பாடல் ஒன்று. தன் மகளை பெண்கேட்டு வந்த வேந்தர்களை எதிர்த்து போரிட்டதால் உண்டான காயத்தில் பஞ்சை வைத்துக் கட்டிய செய்தியை —

'கதுவாய் போகிய துதி வாய் எஃகமொடு,
பஞ்சியும் களையாப் புண்ணர்,
அஞ்சுதகவு உடையர்,
இவள் தன்னைமாரே.'

(புறநானூற்றில் 353)

எனப் பாடுகிறார். காவிரிப்பூம் பட்டினத்துக் காரிக்கண்ணனார். 12 ஆம் நூற்றாண்டில் கம்பர். Caterization மருத்துவம் பேசுகிறார். இது கட்டிகளை சூட்டுக் கோலால் தீய்த்து அழிக்கும் முறை. கும்பகர்ணன் வதைபடலத்தில் —

'உடலிடைத் தோன்றிற் றொன்றை
அறுத்ததன் உதிரம் மாற்றி
சுடலுறச் சுட்டு வேறொர் மருந்தினால் துயரம் தீர்வர்'

என்று பாடுகிறார் கம்பர்.

இளங்கோ அடிகளும் இந்திரவிழாவில் ஆயுர்வேத மருத்துவம் குறித்து பேசுகிறார்.

இன்னொரு மருத்துவ மேதை நம்மிடம் இருந்தார். அவர், 'உடம்பை வளர்த்தேன்,உயிர் வளர்த்தேனே. எனப் பாடிய திருமூலர். ஒரு சிறு பாடலை மாதிரிக்கு பார்ப்போம். கருவில் வளர்கிற குழந்தை குறித்த கைனகாலஜி மருத்துவம் இது.

'போகின்ற எட்டும்
புகுகின்ற பத்தெட்டும்
மூழ்கின்ற முத்தனும்
ஒன்பது வாய்தலும்
நாகமும் எட்டுடன்
நாலு புரவியும்
பாகன் விடாவிடின்
பன்றியும் ஆமே.'

இது திருமந்திரத்தில் வருகிற 266 வது பாடல்.

மூச்சுக்காற்று உள்ளே நுழையும் முன்னர். கருப்பையினுள்ளே இருக்கும் சிறிய உடலினுள் என்னென்ன இருக்கின்றன என பட்டியலிடுகிறார் திருமூலர்.

சுவை, ஒளி, ஊறு, ஓசை,

வாசம், மனம், புத்தி, அகங்காரம்

ஆகியவற்றை போகின்ற எட்டு என்கிறார்.

புகுகின்ற பத்தெட்டு (10+8=18) ?

பிராணன், அபானன், உதானன்,

வியானன், சமானன்,

நாகன், கூர்மன், கிருகரன்,

தேவதத்தன், தனஞ்செயன்,

போன்றவை புகுகின்ற பத்து வாயுக்கள் ஆகும்.

ஆசை, வெகுளி, கருமித்தனம்,

மயக்கம், மோகம், வெறி,

பொறாமை, ஈறிசை ஆகியவை எட்டு விகாரங்கள் ஆகும்.

ஒன்பது வாயில்கள் எவை?

வலது கண், இடது கண்,

வலது நாசி, இடது நாசி,

வலது காது, இடது காது,

வாய், குதம், பிறப்புறுப்பு, போன்றவை. வாயில்கள்.

இப்பாடலில் நாகம் என்பது குண்டலினியைக் குறிப்பது.

எட்டுடன் நாலு புரவியும் என்கிறார். 12 புரவியென்பது மூச்சுக் காற்று. சாதாரண மனிதர்களுக்கு மூச்சுக்காற்று கண்டத்திற்குக் கீழே எட்டு விரற்கடை பரவி நிற்குமாம். யோகிகளுக்கு கண்டத்திற்கு மேலே நான்கு விரற்கடை பரந்து நிற்குமாம்.

இவை யாவும் சிறிய துளிகளே! இவ்வாறு தமிழ் இலக்கியப் பரப்பெங்கும் தமிழரின் மருத்துவ அறிவு கொட்டிக் கிடக்கிறது.

இத்தனை மருத்துவ செல்வங்களை வைத்திருக்கும் தமிழர் ஒரு வைரசுக்கா அஞ்சுவர்? நம்பிக்கையோடு இவ்விடரைக் கடப்போம்!

3. எது இல்லையோ, எது இருக்கிறதோ

சமகாலத்து மனிதர்களைவிட, என்றோ வாழ்ந்த கி.மு கால மனிதர்கள், நமக்கு நெருக்கமான விசயங்களைச் சொல்லி மறைந்திருக்கிறார்கள். எனக்கு அத்தகைய சக இருதயராகக் கிடைத்த சொந்தம் லாவோ சீ. லாவோ சீ நம் புத்தரைப் போன்றவர். இவர் ஒருவரில்லை. உலகமெங்கும், குறிப்பாக சீனாவில் லாவோ சீ க்கள் தோன்றியபடியும் மறைந்தபடியும் இருக்கிறார்கள்.

தமிழில் முதலில் கவிதை தோன்றியது. பிறகுதான் உரைநடை வளர்ந்தது. ஆனால் சீனாவிலோ முதலில் உரைநடை தோன்றியது. பிறகுதான் கவிதை வளர்ந்தது. ஆனாலும் லாவோ சி கூறியவை கவிதைகள் போன்றவை.

சீனர்கள் எதையும் சுருக்கமாகக் கூறத் தெரிந்தவர்கள். அவர்களது கதைகள் கூட ஒன்றிரண்டு பக்கங்களில் முடிந்துவிடும்.

லாவோ சீ கூறிய கருத்துக்கள் மனிதகுலத்தின் சிந்தனையை ஒழுங்குபடுத்துவதாகவும், தூண்டுவதாகவும் அமைந்தன. இந்த நெறிகளின் தொகுப்பு தாவோயிசம் எனப்படுகிறது. தாவோயிசம் தொடர்ந்து வளர்ந்தபடி இருக்கிறது.

முன்பெல்லாம் எதற்கெடுத்தாலும் கோபம் வரும். இந்தக் கோபம் சகமனிதர்களை வெறுக்கவே பயனாகியது. 'பிறரை அறிவது அறிவு. உன்னை அறிவது ஞானம்!' என்கிறது தாவோயிசம். அன்றிலிருந்து என் நெருப்பை, விளக்காக மாற்றத் தொடங்கினேன்.

நிம்மதியின் நிழல் என் மீது கவிந்தது. அமைதியான வானத்தில் நட்சத்திரங்களை தரிசித்தேன்.

ஒரு நாள் என் கனவில் தோன்றி லாவோ சி தோன்றினார்.

'கடினமான வேலைகளை அவை எளிதாக இருக்கும் போது செய்! மிகப்பெரிய விஷயங்களை அவை சிறிதாக இருக்கும் போது செய்' எனக்கூறி மறைந்தார்.

இப்போது எனக்கு கடினமான வேலைகள் எளிதாக இருக்கின்றன. மிகப்பெரிய காரியங்கள் சிறியதாக இருக்கின்றன. செய்தபடி இருக்கிறேன்!

சில நாட்களுக்கு முன் ஒரு நண்பரைச் சந்தித்தேன்.

'எப்போது பள்ளிக் கூடம் திறப்பார்கள்?' என்றார்.

இந்த தனிமைப்படும் காலத்தை, விடுமுறை நாட்களென நண்பர் தவறாகப் புரிந்திருக்கிறார்.

"விடுமுறை மகிழ்ச்சியாக போகிறதா?" என்றார்.

'மாணவர்கள் எதிர்காலம்?'

என ஏதேதோ கேட்டபடி இருந்தார்.

அவரிடம் நிறைய கேள்விகள் இருக்கின்றன. அவருக்கு சொல்ல என்னிடம் பதில்களும் இல்லாமல் இல்லை!

கூலிக்காக பாடப் புத்தகத்தை வாந்தியெடுப்பவன் இல்லை. 'உங்கள் பிள்ளைகளை படித்த ஆசிரியனிடம் ஒப்படைக்காதீர்கள். சதா, படித்துக்கொண்டிருப்பவரிடம் அவர்களை சேர்த்துவிடுங்கள்' என்கிற கலீல் ஜிப்ரான் கனவைப் போன்றவன்.

ஒரு முறை என்னுடைய மாணவர்களிடம் மெய்யியலாளர் 'டாவோ' வாசகத்தைதான் நினைவூட்டினேன்.

'களிமண்ணால் பானை வனைகிறோம் உபயோகிப்பது அதன் வெற்றிடத்தைதான் கதவுகளாலும் சன்னலாலும் வீடு எழுப்புகிறோம்

உபயோகிப்பதோ

உள்ளே இருக்கும் வெற்றிடத்தை

எனவே எது இல்லையோ

அதை உபயோகி!

எது இருக்கிறதோ

அதன் நன்மைகளைப் பெற்றுக்கொள்!'

இப்போது என் மாணவர்கள்முன் ஆசிரியனோ, கரும்பலகையோ, சாக்பீஸோ, பாடப்புத்தகமோ, இல்லை.

ஆனால் வீட்டில், தெருவில், ஊரில், வைரஸ் தந்த அச்சம், விழிப்புணர்வு, படிப்பினை இருக்கிறது.

இதுவரை எந்த ஆசானும் நடத்தியிராத மிகப் பெரிய பாடம் உலகமெனும் மாபெரும் வகுப்பறையில் நடந்து கொண்டிருக்கிறது. 'இப்போது அம்மா இங்கே வா வா!' சொல்லித் தருவதா முக்கியம்?

அன்பு பிள்ளைகளே, பெற்றோர்களே, டாவோ சொல்வதைப் புரிந்து கொள்ளுங்கள்.

'எது இல்லையோ அதை உபயோகியுங்கள். எது இருக்கிறதோ அதன் நன்மையை எடுத்துக் கொள்ளுங்கள்!

◘

4. அணி

1

சென்னை பயணம். காரை ஸ்ட்டார்ட் பண்ணியதும் நண்பர் மோகன் ரௌடி பேபியை ஒலிக்கவிட்டார். பனி மூடிய காலைச் சாலையை அந்தப்பாடல் அழகாகக் கலைத்தது. அறுவடை நிலங்களிலிருந்த எழுந்துவந்த பனியின் குளிரை உற்சாகமாக மாற்றுகிற யுவன் சங்கர் சாகசமது!

'வழக்கமாக, பயணத்தை தொடங்குபவர்கள், பக்தி பாடல்தானே போடுவார்கள்!' எனச் சிரித்தேன்.

'கோலி சோடாவே' என் 'கறி கொழம்பே' உன் 'குட்டி பப்பி நான்' டேக் மீ டேக் மீ ஹே 'என் சிலுக்கு சட்ட' 'நீ வெயிட்டு கட்ட' இதெல்லாம் என்ன அணிக்குள்ள அடங்கும் சார் என்றார் மோகன்.

'கருநெடுங் குவளையும்
ஆம்பலும் கமலமும்
தையலும் கணவனும்
தனித்துறு துயரம்
ஐய மின்றி அறிந்தன போலப்
பண்ணீர் வண்டு
பரிந்தினைந் தேங்கிக்
கண்ணீர் கொண்டு
காலுற நடுங்கப்
போருழந் தெடுத்த

ஆரெயில் நெடுங்கொடி
வாரலென் பனபோல்
மறித்துக்கை காட்ட !'

மதுரை காண்டத்தைக் கூறி, கோவலனையும் கண்ணகியையும் மதுரைக்கு வராதீர்கள் என்பதுபோல் கொடிகள் அசைந்தன ! இயற்கையான நிகழ்வில் தன் கருத்தை கவிஞர் ஏற்றிக்கூறுவதால் இது தற்குறிப்பேற்ற அணி என்பார் எங்கள் தமிழய்யா பிலிப்.

'முந்தானை காற்றில் ஆடி வா வா! என்றது!' என்று ஒரு பழைய பாட்டு.

இதுகூட தற்குறிப்பேற்றம்தான்.

'கோலிசோடா, கறிக்குழம்பு, சிலுக்கு சட்ட, வெயிட்டுகட்ட, இவற்றில் உவமை, உவமேயம் தனித்தனியாக இல்லை. இரண்டும் ஒன்றாக மயங்குகிறது. ஆகவே இது உருவக அணி மோகன்!' சிரித்தார்.

அணிபற்றி தண்டியலங்காரம் விரிவாகப் பேசுகிறது. அணி என்றால் அழகு. செய்யுளின் சொல்லழகு, பொருளழகுகளை வரையறுத்துக் கூறுவது அணி இலக்கணம். தண்டியலங்காரம் தன்மை அணி முதல் பாவிக அணி வரை 35 அணிகளைக் கூறுகின்றது.

அதிசய அணி (உயர்வு நவிற்சி அணி), அவநுதியணி, ஆர்வமொழியணி, இலேச அணி, உதாத்தவணி, ஏதுவணி, ஒட்டணி, ஒப்புமைக் கூட்டவணி, ஒழித்துக்காட்டணி, சங்கீரணவணி, சமாகிதவணி, சிலேடையணி, சுவையணி, தற்குறிப்பேற்ற அணி, தன்மேம்பாட்டுரை அணி, தன்மையணி, (தன்மை நவிற்சி அணி, இயல்பு நவிற்சி அணி), தீவக அணி, நிதரிசன அணி (காட்சிப் பொருள் வைப்பு அணி), நிரல்நிறை அணி, நுட்ப அணி, பரியாய அணி, பரிவருத்தனை அணி, பாவிக அணி என அணிகளுண்டு.

இதுவன்றியும், பின்வருநிலையணி யணி (பொருள் பின்வருநிலையணி, சொற்பொருள் பின்வருநிலையணி), புகழாப்புகழ்ச்சி அணி, புணர்நிலையணி, மயக்க அணி, மாறுபடு புகழ்நிலையணி, முன்னவிலக்கணி, வாழ்த்தணி, விசேடஅணி (சிறப்பு அணி), விபாவனை அணி, விரோதவணி, வேற்றுப்பொருள் வைப்பணி எனவும் அணிகள் பாடல்களை அழகாக்குகின்றன.

'அணங்குகொல் ஆய்மயில் கொல்லோ கனங்குழை
மாதர்கொல் மாலும்என் நெஞ்சு.'

தெய்வப் பெண்ணோ? மயிலோ? கனமான குழை அணிந்த மனிதப் பெண்ணோ இவள்? என் நெஞ்சம் மயங்குகிறதே! என்கிறான் காதல் மன்னன் வள்ளுவன்.

இது அதிசய அணி அல்லது அய்ய அணி.

'மாஞ்சோலைக் கிளிதானோ? மான்தானோ? வேப்பந் தோப்புக் குயிலும் நீதானோ?' கிழக்கே போகும் ரயிலில் ராதிகாவைப் பார்த்து சுதாகருக்கு தோன்றியதும் அய்ய அணிதான்.

ஓ! இவ்வளோ இருக்கா? என்றவர், மீண்டும் தனுஷுக்குத் தாவி 'வொய் திஸ் கொல வெறி? என்ன அணி சார்? என்றார் மோகன்.

'காக்கா கருப்பு, பேட்டா செருப்பு' என்றெல்லாம் வருவதைப் பார்த்தால் இயல்பு நவிற்சியோ என்னவோ? சிரித்தேன்.

இலக்கணத்தில் தப்பு பண்ணும் போதெல்லாம். நீயெல்லாம் மாடு மேய்க்கத்தான் லாயக்கு!' என்பார் தமிழய்யா. 'மாடு என்றால் செல்வம் சார்!' என்று கண்ணடிப்பேன். பிலிப் அய்யா சிரிப்பார்.

2

மகள்கள் சிந்து, சுடர் இருவருமே அணிகலன்களுக்கு ஆசைப்படுபவர்களல்லர். ஆனாலும் அவர்கள் ஓரிரு வயது குழந்தைகளாக இருக்கும்போதே பாட்டி தாத்தாக்களின் ஆசைக்காக காது குத்த வேண்டியதாயிற்று.

ஆனால் அமெரிக்க குழந்தை நலக்கழகம், காது குத்துவதற்குச் சரியான வயது 7 என்கிறது!

தொடக்ககால தமிழ்ச் சமூகத்தில் காதணி, மூக்கணி போன்றவை அழகியலாகவே இருந்தது.

'சுடுநீர் வினைக் குழையின் ஞாலச் சிவந்த கடிமலர்ப் பிண்டி தன் காதில் செரீஇ. என்கிறது பரிபாடல்.

ஆரம்பத்தில் பெண்கள் தங்களை அலங்கரித்துக் கொள்ளும் அழகியல் உணர்வால் செவிகளில் மலர்களையே அணிந்திருக்கிறார்கள்.

அட்டிகை, இட்டடிக்கை, ஓலை, மாணிக்கஓலை, கடிப்பிணை, கடுக்கன், கன்னப்பூ, குண்டலம், குணுக்கு, குதம்பை, குறடு, குழை, குவளை, கொப்பு, சன்னாவ தஞ்சம், சின்னப்பூ, செவிப்பூ, தடுப்பு, கொப்பு, சன்னாவ தஞ்சம், சின்னப்பூ, செவிப்பூ, தடுப்பு, தண்டட்டி, தாளுருவி, திரிசரி, தோடு, பொன்தோடு, மணித்தோடு, நவசரி, நவகண்டிகை, நாகபடம், பஞ்சசரி, பாம்படம், பாம்பணி, புகடி, மகரி, மஞ்சிகை மடல், மாத்திரை, முடுச்சு, முருகு, மேலீடு, வல்லிகை, வாளி என பலவகையான காதணிகளால் சங்ககால மகளிர் தம்மை அலங்கரித்திருக்கின்றனர்.

எங்கள் சின்னாயா, பெரியாயாக்கள் காதுகளின் துளைகளை பெரிதாக்கி சிவப்புக்கல் வைத்த தோடுகளை அணிந்திருந்தனர். பழங்காலத்தில் கடிப்பு எனும் அணிகலனால் காதுகளை நீளவைத்த முதுமகள்கள் தமிழ் நிலத்திலிருந்தனர்.

குழை எனும் காதணி செந்தமிழர் பழம் நினைவில் அடிக்கடி ஆடி வந்திருக்கிறது.

‘சாய்குழை பிண்டித் தளிர் காதில் தையினாள் பாய் குழை நீலம் பகலாகத் தையினாள் குவளைக் குழைக்காதின் கோலச் செவி’ இப்பாடல் அசோகந் தளிரை, குழையை அணிந்த தொல் மகளிரை நமது கற்பனைக்கு கொண்டுவருகிறது.

‘ஊசல் ஒண்குழை உடை வாய்த்தன்ன ‘

‘கனங்குழைக்கு அமர்த்த சேயரி மழைக்கண்’

‘கயல் ஏர் உண்கண் கனங்குழை’

என நற்றிணையிலும்,

‘குழை மாண் ஒள் இழை’

‘கொடுங்குழைக்கு அமர்த்த நோக்கம்’

‘கொடுங்குழை மகளிரின் ஒடுங்கிய இருக்கை’ என அகப்பாடல்களிலும் இந்த குழை ஆடிக்கொண்டேயிருக்கிறது.

சங்க காலத்தில் அழகியலாக இருந்த காதணி பக்தி இலக்கிய காலத்தில் சடங்கானது!

‘காரிகை யார்க்கு முனக்கு மிழுக்குற்றென் காதுகள் வீங்கி யெரியில் தாரியா தாகில் தலைநொந்தி டுமென்று விட்டிட்டேன் குற்றமே யன்றே சேரியில் பிள்ளைக ளெல்லாரும் காது பெருக்கித்

திரியவும் காண்டி ஏர்விடை செற்றிளங் கன்றெறிந் திட்ட இருடீகே சாஎன்றன் கண்ணே' என்கிறார் பெரியாழ்வார், திருமொழியில்.

பேய்களுக்கு பயந்து ஆண் குழந்தைகளுக்கும் காதுகுத்துவது மரபாகியிருக்கிறது. காது, மூக்கு குத்தும் பழக்கம் ஆசியா, எகிப்து எங்கும் பரவிக்கிடக்கிற ஒரு பழக்கமே.

காது குத்துவது பற்றி இப்போது ஏன்? எனக் கேட்பீர்கள். நகைக்கடையில் ஒரு அனுபவம். கல்லூரியில் படிக்கும் தன் பெண்ணுக்கு தாயொருத்தி கன் ஷாட் முறையில், துப்பாக்கி போன்ற சாதனம் கொண்டு மூக்கு குத்தினாள். அருகில் சென்று கவனித்தேன்.

குத்துவதற்கு முன் அனஸ்தீஷியாபோல காது மடல்களில் மரத்துப்போக ஆயின்மென்ட் தடவுகிறார்கள். அந்த கல்லூரி சிறுமி சிரித்துக் கொண்டே மூக்கு குத்திக் கொண்டாள்.

தாய் தனது பட்டுப்பாவாடை காலத்திற்கு செல்கிறாள். உறவெல்லாம் கூடியிருக்க, ஜமுக்காளம் விரித்து மாமன் மடியில் அமர்ந்து தனக்கு ஆசாரி காதுகுத்தியது, வலியோடு குருதிவர அழும் மலர் வாயில் வாழைப் பழம் ஊட்டியது, அவளது நினைவில் நிழலாடுகிறது.

நகைக்கடை சிப்பந்தி புத்தாண்டுக்கு வந்திருக்கும் வைரக்கல் மூக்குத்தியை மகளின் மூக்கில் அணிவிக்கிறான். அதன் ஒளியில் தன் பால்யத்தின் வலியை மறக்கிறாள் அந்தத் தாய்!

◘

5. விமானங்களும்... சிட்டுக்குருவிகளும்...

சமீபத்தில் எங்கள் கிராமத்து வீட்டிற்குச் சென்றிருந்தேன்.

எப்போதாவது அப்பா, அம்மா, தாத்தா, பாட்டி வாழ்ந்த அந்த பழைய காலத்துக்குள் சென்று திரும்பத் தோன்றும். அப்போதெல்லாம் எங்கள் கிராமத்து வீட்டுக்குச் செல்வது வழக்கம்.

நவீன வீடுகள் மாதிரி இல்லை, கிராமத்து வீடுகள். தெருவுக்கும் வீட்டுக்கும் ஒரு தொடர்பு இருக்கும். வாசலில் கோலம் விரிந்து கிடக்கும். படிக்கட்டுகள் வீட்டையும் தெருவையும் இணைக்கும். நிலைவாசலுக்கு முன்பாக திண்ணைகள். அண்டை, அயலாரோடு அமர்ந்து மழைக்கால கதைகளை, மாடு பிடிக்கும் கதைகள் மனிதர்கள் பேசிய திண்ணைகள் அவை. பெரிய மரக்கதவைத் திறந்தால் கூடம். அங்கு பெரிய, பெரிய மரக் குதிர்கள். தானியங்களின் பழுத்த வாசனையைக் கொண்டவை!

அதையடுத்து தாழ்வாரம். தாழ்வாரத்தின் நடுவே வானம் பார்க்க முற்றம். தாழ்வாரத்தில் பதித்த ஆட்டுக்கல், அம்மி, மர உரல் மற்றும் கல் உரல். தாழ்வாரத்தைச் சுற்றி சாமியறை, சமையலறை, படுக்கையறை, பின்னால் ஒரு சாரம். அங்கு மண் பானைகளை அடுக்கி வைத்திருப்பார்கள். அதில் புளி, பருப்பு, தானியங்கள், உப்புகளைக் கொட்டி வைத்திருப்பார்கள். உறியில் மோர்பானைகள் ஊஞ்சலாடும்.

புழக்கடையைத் திறந்தால் தோட்டம். குலைதள்ளிய வாழைகள், செம்பருத்தி, சாமந்தி. இவை அக்காள்கள் குளித்த தண்ணீரில் வளர்ந்தவை.

சிறுவயதில் எங்கள் ஊருக்கு மின்சாரம், பஸ் எதுவுமே வந்ததில்லை. எங்கள் மூதாதைகளுக்கு உழைப்பைத் தவிர்த்து வேறு ஒன்றும் தெரியாது. புஞ்சை நிலத்தின் புழுதியைக் கலப்பையால் கிளறிய பகல்கள் அவர்களுடையது. சேற்று நிலங்களில் நாற்றுக் கட்டுகளை தூக்கி நடந்த மழைக் காலங்கள் அவர்களுடையது.

அம்மா, பெரியம்மா, சித்தி, அத்தை அனைவரும் அடுப்பங்கரைகளில் ஆட்டுரல்களில் காலத்தைக் கழித்தார்கள். நெல்குத்துவது, மாவு அரைப்பது, நனைந்த விறகுகளை அடுப்பில் வைத்து எரிக்க, ஊதி ஊதி கண் சிவப்பது என உடம்பில் வலியெடுக்க வேலை செய்தவர்கள்.

தங்கள் இல்லம் தழைக்க வேண்டும். ஆணும் பெண்ணுமாய் குடி விளங்க வேண்டுமெனும் அக்கறையோடு இல்லறம் பேணியவர்கள். மெதுவாக இந்த வாழ்வில் மாற்றம் வந்தது. ஒரு நாள் மின்சாரம் எங்களூருக்கு வந்தது. அறிவியல் நிகழ்த்திய விந்தையை நாங்கள் முதன் முதலாக அனுபவித்தோம். மின்சார வெளிச்சத்தில் எங்கள் தெருவுக்கு, ஜரிகை வைத்த தாவணி அணிந்த அக்காள்களுக்கு புது அழகு வந்திருந்தது. பாடப்புத்தகத்தை இரவில் பிரித்துப் பார்த்தோம். மண்ணெண்ணெய் விளக்குகளின் மஞ்சள் ஒளியில் சோகையாய் அழுது வடிந்த புத்தகங்கள் பிரகாசமாகியிருந்தன. தாமஸ் ஆல்வா எடிசனை படிக்கும்போது ஏதோ கடவுளைவிட முக்கியமானவர் போலத் தோன்றியது.

ஒரு நாள் நாங்கள் பேருந்தில் ஏறினோம். நீண்ட தூரம் நடந்து சந்தைகளுக்குப்போன மூதாதையர்களின் துயர் எங்களிடமிருந்து விலகியிருந்தது. ரயிலைப் பார்த்தோம்.பலருக்கு டின்ஷா வாச்சா என்றால் யாரென்று தெரியாது. 1853 ஆம் ஆண்டு ஏப்ரல் 16 தேதி இந்தியாவின் முதல் ரயில் ஓடியது. அதில் ஏறி பயணித்த. வயது சிறுவன் டின்ஷா வாச்சா. வளர்ந்து டின்ஷா ஒரு தொழிலதிபர் ஆனார். அவரது சுயசரிதை 1920 இல் வெளியானது. அந்நூலில், ‘முன்பக்கமாக புகையைத் தள்ளிய நீராவி இஞ்சினுடன், சில ரயில் பெட்டிகளும் இரும்பு தண்டவாளத்தில் நிறுத்தப்பட்டிருந்தது. பாம்பேயின் அதிசயம் இது.

ரயில் புதிய தோற்றத்தையும், அழகையும் கொண்டிருந்தது. என் கற்பனைக்கு எட்டாத வகையில் இருந்தது’ என்று எழுதுகிறார் டின்ஷா வாச்சா. நாங்களும் டின்ஷா வாச்சாவாகத்தான் ரயிலைப் பார்த்தோம்.

எங்கள் ஊரிலிருந்து புதிய நகரங்களுக்குப் போனோம். கல்வி கற்றோம். புழுதியிலும் சேற்றிலும் வளர்ந்த உழுகுடிகளின் வாரிசுகள் நகரங்களில் படித்து பட்டங்களோடு திரும்பியபோது எங்களூரின் நிறத்தை டெலிபோன் கேபிளும், டிவி கேவிளும் மாற்றியிருந்தன.

அலெக்சாண்டர் கிரஹாம் பெல் உலகத்தை எங்கள் கிராமத்தைப்போல சுருக்கியிருந்தார்.

டிவி மூலமாக ஜோன் லூகிஃபெர்டு உலகை எங்கள் வீட்டுக்குள் கொண்டுவந்தார்.

வயல்களிலும் வீடுகளிலும் உழுகுடிகள் சிந்திய வேர்வைக் கதைகளை அறிவியல் முடிவுக்கு கொண்டு வந்திருந்தது. தீயை உபயோகிப்பதில் தொடங்கிய மனிதனின் அறிவியல் பார்வை சக்கரத்தை கண்டுபிடித்தபோது மேலும் வளர்ந்தது. புஷ்பக விமானங்களை புராணக்கதைகளில் கேட்ட மனிதர்கள் ஜெட் விமானங்களில் பயணிக்கத் தொடங்கினார்கள்.

காடுகரைகளில் ஏரோட்டி சிரமப்பட்ட மனிதன் காரோட்டி மகிழ்ந்தான்.

மனித குலத்தை, அன்றாட அதன் பாடுகளில் இருந்து காத்தது அறிவியல். கொள்ளை நோய்களிலிருந்து, வலியிலிருந்து விடுவித்தது அறிவியல். நாம் பல பண்டிகைகளைக் கொண்டாடியிருக்கலாம்.

ஆனால் நவம்பர் 10 போன்ற ஒரு நாளை நம்மால் மறக்க இயலாது. அன்றைய நாளை உலகம் அறிவியல் தினமாகக் கொண்டாடுகிறது.

லூயி பாஸ்டர் நம் சொந்த பந்தம் இல்லை. ஆனாலும் நம் பிள்ளைகளை நாய்க்கடியில் இருந்து காத்தவர். கைகால் களைக்கட்டி, கதறக் கதற மனிதர்களுக்கு அறுவை சிகிச்சை செய்தார்கள். அந்த மானுட வலியைப் போக்க, தன் பதினெட்டாவது வயதில் குளோரோஃபார்மை கண்டுபிடித்தவர் ஜேம்ஸ் சிம்சன்.

அதை, முதன் முதலாக பிரசவத்தின்போது ஒரு பெண்ணின் உடலில் செலுத்தினார்கள். அவள் வலியின்றி பிள்ளை பெற்றாள். மகிழ்ச்சியில் அவள் 'அனஸ்தீஷியா' என்று பிதற்றினாளாம். அதுவே பிறகு மயக்க மருந்தின் பெயராகவும் மாறிற்று.

அறிவியல் நம் வாழ்வை எந்த அளவுக்கு வசதியானதாக மாற்றியதோ அதே அளவு துன்பத்தையும் கொண்டு வந்தது. அணு ஆயுதங்கள், போர்விமானங்கள், கண்டம் விட்டு கண்டம் பாயும் ஏவுகணைகள் மனித அமைதிக்கு சவாலாகவும் திகழ்கின்றன.

நமக்கு துப்பாக்கிகள் தேவையில்லை. ஆனால் மிக்ஸியும் கேஸ் அடுப்பும் தேவை. நமக்கு ஏவுகணைகள் தேவையில்லை. ஆனால் தலைவலி மாத்திரை தேவை. நமக்கு செவ்வாய்க் கிரகத்தில் இடம் தேவையில்லை. ஆனால் கொவிட் பாதிக்கப்பட்டவர்களை புதைக்க இடுகாடுகள் தேவை. அதைத் தடுக்காமல் இருக்க நல்ல மனம் தேவை! இத்தகைய அறிதல்களையும் இணைத்தே நாம் அறிவியலைக் கொண்டாட வேண்டும்.

இந்த பேண்டமிக் காலத்தில் இணையமே மனிதர்களின் தனிமைப்படும் காலத்தில் துணையாய் இருந்திருக்கிறது. அதேவேளை ஆண்ட்ராய்ட் சாதனத்தில் அறிவையும் உறவுகளிடம் அன்பையும் பெறும் மனச் சமநிலையை நாம் பெற வேண்டியிருக்கிறது.

மூன்று தலைமுறைக்கு முன்பு வாழ்ந்த பாட்டன் பூட்டன் பெயர் தெரியாத நமக்கு ஐசக் நியூட்டனை, மேரி கியூரியை, ஐன்ஸ்டினை தெரிகிறது. தேசம் கடந்து, மொழி கடந்து நாம் அவர்களை நேசிக்கிறோம். அவர்கள் நம் வீடுகளில் ஒளியைக் கொண்டு வந்தார்கள். நம் காயங்களை சொஸ்தமாக்கினார்கள். நம் வேலைகளை எளிதாக்கினார்கள். நம் பயணங்களை இலகுவாக்கினார்கள். நம் காதல் கனவுகளில் ஒரு வானவில்லை வரைந்தார்கள். ஆகவேதான் அவர்களை நம்மால் மறக்க முடியவில்லை.

என் பழைய வீட்டை எட்டிப்பார்த்தேன். அங்கு கலப்பைகளை பரணில் ஏற்றி வைத்திருந்தார்கள். மாவு அரைக்கும் இயந்திரம், கல் உரல், ஆட்டுக்கல் அனைத்தும் காட்சிப் பொருட்களாகியிருந்தன.

வலியும் முனகலும் நிறைந்திருந்த தாழ்வாரத்தில் டிவி பாடிக்கொண்டிருந்தது.

நான் பழைய வாழ்க்கையில் சிறிது நேரம் பிரவேசிக்க விரும்புவதென்பது, அறிவியலுக்கு எதிரான திசையில் பயணிப்பது என்று பொருளாகாது. இயற்கையைப் பாதுகாத்த, கால்நடைகளை நேசித்த, விவசாயத்தை வளர்த்த, ஆற்றங்கரையிலும் தாமரை

பூத்த குளத்தங்கரையிலும் எழுந்த காதல் பாடல்களைப் பாடிய, மனிதர்களின் நினைவுகளோடு, சிறிது நேரம் இளைப்பாற வேண்டும் எனும் அவாவின் பொருட்டே!

மற்றபடி கிளி ஜோஸ்யம் பார்த்தவர்கள் இணையத்தில் நல்லநேரம் கெட்ட நேரம் பார்ப்பது அறிவியல் பார்வையாகாது. அதேவேளை ஒரு பிள்ளையின் இடத்தை ரோபோவாலும் நிரப்பவும் முடியாது. இது ஆன்லைன் வகுப்பு காலம்.

இனி பிள்ளைகளிடம் ஆண்ட்ராய்டை அபகரிக்க முடியாது. சுருக்கமாகச் சொல்ல வேண்டுமானால் நம் ஆகாயத்தில் விமானங்களும் பறக்க வேண்டும். சிட்டுக்குருவிகளும் பறக்க வேண்டும்!

◘

6. டிசம்பர் மாதமும் தமிழர் இசையும்

டிசம்பர் மாதம் பிறக்கிறது. சென்னைப் பனியில் சங்கீதம் கலந்திருக்கும் மாதமிது. மியூசிக் அகடமி, கிருஷ்ணகான சபா, நாரதகான சபா, கார்த்திக் ஃபைன் ஆர்ட்ஸ், பாரத் கலாச்சார் போன்ற அரங்குகளில் கர்நாடக சங்கீதம் பரவி வழிகிற காலம் இது.

கச்சேரிக்குப் போகிறேன் பேர்வழியென்று புதிதாக எடுத்த பட்டுப்புடவையை, ஆரத்தை, வளையலை மற்றவர்களிடம் காட்டி பொறாமைப் படுத்தவும், மகளுக்கு வரன் பார்க்கவுமே இத்தகைய அரங்குகள் பெரிதும் பயன்படுகின்றன !

கேண்டீனில் பஜ்ஜி, வடை சாப்பிட்டுபடி, 'வர்ணம், கீர்த்தனம், நிரவல், ஆலாபனை, ராகம், தாளம், பல்லவி, லயம், துக்கடா' என கதையளக்கிற சோ கால்டு சுப்புடுக்களை இங்கு சந்திக்க முடியும். ஆஹா, ஓஹோ ,பேஷ் பாராட்டு ஒலிகளுக்கும் குறைவிருக்காது.

ஒவ்வொரு புறநகருக்கும் ஜவுளிக்கடைகள், நகைக் கடைகள், மால்கள், தியேட்டர்கள் வந்த பிறகு மியூசிக் அகடமிகள் வேண்டாமா? புறநகர்களை நோக்கியும் அகடமிகள் வளர்ந்து வருகின்றன !

இசை, ஒரு காலத்தில் உழைக்கும் மக்கள் தங்கள் சோர்வைப் போக்கிக் கொள்ளும் களியாக இருந்தது. மனிதர்கள் நாகரீகமடைந்தபோது இசை ரசனை நோக்கில் வளர்ந்தது.

ஒரு கட்டத்தில் இசையில் மதம், இனம், வர்க்கம், சாதி, மொழி போன்றவற்றின் மேலாண்மையால் அது செவ்வியல் இசையாகப் பரிணமித்தது.

நகரமயமாக்கலும், ஊடகங்களின் வளர்ச்சியும், இசையை வணிகமாகவும் மாற்றியது.

திருப்பாவை, திருவெம்பாவை ஒலித்த வீதிகளில் 'மார்கழி உத்சவ்' சீசனால் வேற்று மொழிப் பாடல்களைக் கேட்கும் நிலைக்கு தமிழர்கள் தள்ளப்பட்டனர்.

கன்னடாவும், மலகரியும், மத்யமாவதியும், நீலாம்பரியும் தெரியவில்லையென்றால் தாழ்வாக நினைப்பார்களோ? என்று அதே, 'ஆஹா! ஒஹோ! பேஷ்! பேஷ்!. போட்டு ஹரிகாம்போதியை ரசிப்பதாகப் பாவிக்கும் தமிழர்களை டிசம்பர் கச்சேரிகளில் காணலாம்.

நல்ல தமிழ் பாடுபவர்களை சபாக்கள் ஊக்கப் படுத்தவதில்லை.

அங்கீகரிப்பதில்லை. எனவே அவர்களும் 'மரி மரி நின்னே'க்கு தாவிவிடுகிறார்கள்.

அப்படியென்றால் தமிழிசை என்றே ஒன்று கிடையாதா? தமிழருக்கென்று இசை மரபு இல்லையா? என்கிற சந்தேகம் நமக்கு ஏற்படுகிறது. மேலும் இசையையும் மொழியையும், ஏன் இணைத்துப் பார்க்க வேண்டும். மொழி தோன்றுவதற்கு முன்பே தோன்றியதல்லவா இசை! என்றும் சிலர் எண்ணக்கூடும்.

இசை ஏதோ ஒரு கலை வடிவம் மட்டும் அன்று. அது அரசியல் மாற்றங்களுக்கும் காரணமாக அமைந்திருக்கிறது.

உலகில் ஏற்பட்ட தத்துவ வளர்ச்சியோடு, சமூகப் புரட்சிகளோடு, விடுதலைப் போராட்டங்களோடு, மறுமலர்ச்சி இயக்கங்களோடு, அறிவியல் கண்டுபிடிப்புகளோடு வளர்ந்தது இசை.

மனிதனுக்கு தைரியத்தை, நம்பிக்கையை மட்டுமல்ல, பதற்றத்தையும் உருவாக்கியது இசை. தன்னை கடவுளுக்கு இணையானவன் என பீத்தோவனை சிந்திக்க வைத்தது இசை.

கி.பி 18 ஆம் நூற்றாண்டு வரலாற்றில் பிரெஞ்சுப் புரட்சி எத்தகைய முக்கியமான இடத்தை வகித்ததோ அதற்கு சமமான இடத்தை சிம்பொனியும் உருவாக்கியது.

ஐரோப்பிய சமூகத்தில் அரசர்களை விடவும் பாதிரிமார்களுக்கு அதிக அதிகாரம் இருந்தது. கிறித்துவ மத செல்வாக்குடைய

லத்தீன் மொழியின் ஆதிக்கத்துக்கும், கிறித்துவ தேவாலயங்களின் இசைக்கும் எதிரான கலகத்தை, ஃபிரஞ்சு இசைப் புரட்சி உருவாக்கியது.

அதற்கும் முன்னதாக கி.பி 14 ஆம் நூற்றாண்டிலேயே, மதச்சார்பற்ற இசைவடிவம் பிரான்ஸில் உருவாகத் தொடங்கியது. குயிலாம் துமாசாத் (Guillame de Machaut) எனும் இசைமேதை பிரெஞ்சு மொழியில் மதச்சார்பற்ற உள்ளடக்கங்களைக் கொண்டு பல்வகை இசைக்கருவிகள் உதவியுடன் சான்சன் (Chanson) எனும் இசை வகைமையை உருவாக்கினார்.

இதுபோன்றே இத்தாலியின் பார்வையற்ற இசை அறிஞர் பிரான்சிஸ்கோ லன்தினி (Francesco Landini) மாத்ரிகல் (mad—rigal) இசைக்கோவையை வடிவமைத்தார். இது மதச்சார்பற்ற நாட்டுப்புறத் (rustic) தன்மையுடைய வகைமையாக இருந்தது.

இப்படி குரலிசையாக, நரம்பிசையாக, தோற்கருவிகளின் ஒலியாக சமூகத்தின் வளர்ச்சியோடு, வரலாற்றோடு இணைந்து பயணம் செய்தது இசை.

18 ஆம் நூற்றாண்டு, பகுத்தறிவு, சனநாயகம், சுதந்திரம் போன்றவற்றின் தோற்றுவாயாக அமைந்தது. பேராசையும் அதிகார வெறியும் கொண்ட அரசர்களை வரலாறு வீழ்த்தியது.

முதலாளித்துவ பூர்ஷூவா சமூகம் உருவானது. கலகம், விடுதலை, சுதந்திரம், காதல், கேளிக்கை, நகைச்சுவை போன்றவை இசையின் உள்ளடக்கங்களாக அமைந்தன.

ஜே.எஸ்.பாக், சி.பி.இ.பாக், ஜே.சி.பாக், ஹைடன், மொசார்ட், பீத்தோவன் போன்ற மேதைகள் இசையில் மகத்துவம் படைத்தனர்.

சிம்பொனிகளை உருவாக்கினர். கவிதைகளுக்கும் சிம்பொனியில் இடம் இருந்தது.

19 ஆம் நூற்றாண்டு. முதலாளியம் வீரியத்தோடு வளர்ந்தது. தேசியம் குறித்த கருத்தாக்கத்தில் இசை முதன்மை பெற்றது. கால்பந்து, டென்னிஸ் போன்றவை தேசிய உணர்ச்சியை வளர்த்தது போன்றே இசையும் தேசியக் கட்டமைப்பில் முக்கிய இடத்தை வகித்தது.

அறிவியல் தொழில் நுட்பம், கலை, தொடர்பு சாதனம் இவை இணைந்தபோது மிகப்பெரிய இசைக் கச்சேரிகள் (Concert.

நிகழத் தொடங்கின. இசை மனிதர்களை ஆட்டிப்படைக்கத் தொடங்கியபோது, முதலாளித்துவ சந்தையில் இசையும் ஒரு வணிகப் பொருளானது.

இத்தகைய பின்னணியில், இசையை வெறும் கலை வடிவமாக மட்டும் அணுகாமல் அதன் பின்னிருக்கும் சமூக உளவியலோடு, பண்பாட்டு அரசியலோடு விளங்கிக்கொள்ள வேண்டியிருக்கிறது.

மூவாயிரம் ஆண்டுகட்கு முன்பே தமிழரிடம் இசையும் கூத்தும் செழித்திருந்ததை, நம் சங்க இலக்கியங்கள் பறைசாற்றுகின்றன.

தமிழ் நிலத்தில் வாழ்ந்த பாணர், சிறுபாணர், பெரும்பாணர், பறையர், துடியர், கடம்பர், இயவர் கூத்தர், வயிரியர் அனைவரும் இசைக் கலைஞர்களே!

பரிபாடல்களில் இடம் பெறுகிற மறையோர் பாடல், உழிஞை பாடல், தமிஞ்சிப் பாடல், விறற்களப் பாடல், வெறியாட்டப் பாடல், துணங்கைப் பாடல், வேதப் பாடல், வள்ளைப் பாடல் போன்ற அனைத்தும் இசைப்பாடல்களே!

குறிஞ்சிப்பண், மருதப்பண், காஞ்சிப்பண், செல்வழிப்பண், படுமலைப்பண், விளரிப்பண் ஆகிய பண்களைப் பற்றிய செய்திகளை புறநானூறும் கூறுகிறது.

'ஒலியல் வார் மயிர் உளரினள் கொடிச்சி' (அகம் 102) எனும் பாடலில் தலைவி குறிஞ்சிப் பண்ணை இசைத்து தினைப்புலம் மேய வந்த யானையைத் தூங்கச் செய்த செய்தியையும் அறிகிறோம்.

நம்முடை சிலம்பு ஒரு இசைச் சுரங்கம். இதில் முப்பது காதைகள் உள்ளன. இவற்றில் மங்கல வாழ்த்துப் பாடல், கானல் வரி, வேட்டுவ வரி, ஊர் சூழ் வரி, குன்றக் குரவை, ஆய்ச்சியர் குரவை, வாழ்த்துக் காதை ஆகிய ஏழு காதைகளும் இசைப்பாடல்களால் பெயர் வழங்கப்பட்டவை.

குறிப்பாக அரங்கேற்று காதை இசை இலக்கணம் குறித்து பேசும் காதையாக விளங்குகிறது.

மலைபடு கடாம் எனும் இலக்கிய நூலில் முழவு, ஆகுளி, பாண்டில், கோடு, தூம்பு, குழல், தட்டை, எல்லரி, பதலை போன்ற இசைக் கருவிகளை கேட்க முடிகிறது.

காரைக்கால் அம்மையார் குரல், துத்தம், கைக்கிளை உழை இளி விளரி தாரம் ஆகிய ஏழு ஸ்வரங்களைப் பேசுகிறார்.

ஆகுளி, தமருகம், இடக்கை

தாரை, இலயம், தாளம்,

உடுக்கை, துத்திரி, ஏழில்,

துந்துபி, கத்திரிகை,

துடி, கண்டை, தூரியம்,

கரதாளம், திமிலை,

கல்லலகு, தொண்டகம்,

கல்லவடம்,பல்லியம்,

கின்னரம், பறண்டை,

குடமுழா, பறை,குழல்,

படகம், கழல், படுதம்,

காளம், பணிலம், கிணை

என ஏராளமான தமிழிசைக் கருவிகளின் பட்டியலை நம் பக்தி இலக்கியங்கள் வைத்திருக்கின்றன.

கருப்பின மக்களின் விடுதலை இசை வடிவங்களாகக் கருதப்பட்ட பாப், சோல், ராக், ஹார்ட் ராக், ராப், போன்றவற்றை ஐரோப்பிய மேட்டிமைச் சமூகம் எப்படி அபகரித்ததோ, அதே கதி தமிழ் இசைக்கும் நிகழ்ந்தது.

நமது காதலில் வழிபாட்டில் தமிழிசை இருந்தது.

103 பண்களை தமிழனின் உதடும் கருவிகளும் இசைத்தன.

காலை, உச்சிக் காலை, மாலை, இரவு, அர்த்த சாமமென தமிழிசை பொங்கி பிரவகித்தது நம் ஆலயங்களில்.

தேவாரம் திருவாசகம் மணந்த தலங்களில்தாம் இன்று இரவல் வாசனை.

டிசம்பர் தமிழரின் மியூசிக் அகடமிகளில் இன்று செவ்வழி, யதுகுல காம்போதியானது.

சதாரி, காம வர்த்தினாவாகியது.

வியாழக் குறிஞ்சி, சௌராஷ்டிரமானது.

பழந்தக்க ராகம் ஆரபி, சுத்த சாவேரியானது.

இந்தோளம், மாய மாளகௌளமானது.

புறநீர்மை பூபாளம், ஸ்ரீகண்டியானது.

நட்டராகம், பந்துவராளியானது.

நட்டபாடை, நாட்டையானது.

கொல்லி, பிலஹரியானது.

கொல்லி கவ்வாமை, நவரோகியானது.

தக்கேசி, காம்போதியானது.

தக்கராகம், ஏகதேச காம்போதியானது.

நேரிசை சிந்து, கன்னடாவானது.

குறிஞ்சி, மலகரியானது.

கௌசிகம், பைரவியானது.

காந்தார பஞ்சமம், கேதார கௌளமானது.

பழம்பஞ்சுரம், சங்கராபரணமானது.

மேகராக குறிஞ்சி, நீலாம்பரியானது.

குறுந்தொகை, நாதநாமக்கிரியையானது.

அந்தாளிக் குறிஞ்சி சாமா, சைலதேசாட்சியானது.

செந்துருத்தி மத்யமாவதியானது.

திருத் தாண்டகம், ஹரிகாம்போதியானது.

பஞ்சமம், ஆஹிரியானது.

ஏகாமரம், புன்னாக வராளியானது.

சீகாமரம், நாதநாமக்கிரியையானது. சிந்து, கன்னடாவானது. இப்படி, தமிழர் தம் இசை வடிவங்களையே, புரியாத மொழியில் கேட்க வேண்டிய அவலம் உருவாயிற்று.

டிசம்பர், இசைக் கோர்வைகள் பெரும்பாலும் தமிழருடையவைதாம். இவ்விசைப் பின்னணியில் தமிழ் பாடல்களைப் பாடும் நிலையை தமிழர் உருவாக்க வேண்டும். அப்போது, பொருள் புரியாமல், இசையை ரசிப்பது போன்ற பாவனையில் ஈடுபடும் அவலம், தமிழர்க்கு நேராது!

◼

7. நேர்மறை எண்ணம் வளர்ப்போம்

நமது தலைமுறை கடந்துவந்த கடினமான ஆண்டாக 2020 இருந்தது. மனித சமூகம் மிகப்பெரும் நெருக்கடியை தாண்டி வந்திருக்கிறது. கொரோனா பேரிடர் தந்த மிகக் கசப்பான ஞாபகங்கள் நம் நெஞ்சில் வடுக்களாக மாறியிருக்கின்றன. வறுமை, பசி, கல்வியின்மை, வேலையின்மை என பல இன்னல்களை கோவிட் 19 விட்டுச் சென்றிருக்கிறது.

இத்தனைக் கொடுமைகளை அளித்தாலும், மனிதர்களின் போராட்ட குணத்தை மறு உறுதி செய்திருக்கிறது வைரஸ்.

சில நல்ல மாற்றங்களையும் அது ஏற்படுத்தியிருக்கிறது. இயற்கையைக் காக்க வேண்டும். மனித உறவுகளைப் பாதுகாக்க வேண்டும். சகமனிதர்களிடம் அன்பு செலுத்த வேண்டும். போன்ற, நேர்மறையான மதிப்பீடுகளையும் இந்த வைரஸ் நம்மிடையே உருவாக்கியிருக்கிறது.

எதையும் நேர்மறையாக பார்க்கக் கற்றுக் கொண்டால் மனிதர்களால் புத்த நிலையை அடைய முடியும். புத்தரின் சீடன் ஒருவன்,. நேர்மறையான சிந்தனைகள் மனிதர்களை எப்படி உயர்த்தும்?' என்று கேட்டார். புத்தர் அவனை ஒரு நெசவாளரிடம் அழைத்துச் சென்றார். அந்த நெசவாளி ஓர் இளைஞன். அவனுக்கு ஒரு கையில்லை. இதைப் பார்த்த சீடன் புத்தனிடம், 'அய்யா, ஒரு கையாலேயே நெய்கிறாரே, இவருக்கு கை வலிக்காதா?' என்று கேட்டான். 'அதை அவனிடமே கேள்.' என்றார் புத்தார்.

சீடன் இளைஞனிடம் சென்றார்.. இப்படி ஒரு கையினால் மட்டுமே வேக வேகமாக, துணி நெய்கிறீர்களே, உங்களுக்கு

கை வலிக்காதா ?' கரிசனத்தோடு கேட்டான். அதற்கு அந்த இளைஞன், அதே கூடத்தில் துணி நெய்யும் மற்றவர்களைக் காட்டி, எனக்காவது பரவாயில்லை, ஒரு கைதான் வலிக்கும். இவர்கள் இரண்டு கைகளாலும் நெய்கிறார்கள். பாவம், இவர்களுக்கு இரண்டு கரங்களும் வலிக்குமல்லவா !' என்றான் .

நேர்மறை எண்ணங்கள் ஒரு மனிதனை எப்படி உயர்த்தும் என புரிந்து கொண்ட சீடன் புத்தனை வணங்கினான்.

கோவிட் காலத்தையும் நாம் அவ்வாறே புரிந்து கொள்வோம். இத்துயர்மிகு வேளையிலும், நேர்மறையாற்றலால் நல்ல விசயங்களும் நடக்கவே செய்தன. எத்தனை இடையூறுகளை இயற்கை தந்தாலும், அதை எதிர்கொண்டு மேலெழும்பி வரும் ஆற்றல் மானுடத்துக்கு உண்டு என்பதை, எளிய மனிதர்கள் சாதித்துக் காட்டினர்.

கேரளாவில் பினராயிக்கு அருகில் உள்ள கிராமம் பொட்டன்பரா. இங்கு வாழும் ஷாஜி ஒரு ஆட்டோ ஓட்டுனர். ஊரடங்கால் மனிதர்கள் வெளியே வரமுடியாத சூழலில் ஷாஜி முடங்கிவிடவில்லை. அவரது வீட்டுத் தோட்டத்தில் ஒரு கிணறு. ஊற்று தூர்ந்து போயிருந்தது. கிடைத்த தனிமை காலத்தைப் பயன்படுத்தி அந்தக் கிணற்றை சீரமைக்க முனைந்தார்.

மனைவி பீனா, கல்லூரியில் படிக்கும் மகள் பின்ஷா, +1 படிக்கும் மகன் அபிஜே, சகோதரன் ஷானீஸ் உதவியோடு கிணறு தோண்டும் வேலையில் ஈடுபட்டார். 14 வது நாள் அவர்கள் தண்ணீரைக் கண்டார்கள். மொத்தக் குடும்பமும் சேர்ந்து 36 அடி ஆழக் கிணறைத் தோண்டியிருந்தது. வேர்வையை சிந்தி குடிநீரைப் பெற்ற இக்குடும்பத்தின் கதையைப்போல பல நல்ல விசயங்கள் இக்காலத்தில் நடந்தன.

அல்பேனியா ஓர் ஐரோப்பிய நகரம். ஊரடங்கால் அங்கு இயங்கிய ஆலிவ் எண்ணெய் ஆலையை மூடினார்கள். அதனால் நீர்நிலைகளின் மாசு குறைந்தது. இதனால் அங்கு வசித்த ஃபிளமிங்கோ பறவைகளின் எண்ணிக்கையில் 3000 கூடியது.

அதே நகரில் உள்ள பிரபலமான பூங்கா திவ்ஜாகா. இந்த பூங்காவில் வாக்கிங் போக, பொழுதைக் கழிக்க, சுற்றிப் பார்க்க தினமும் 50,000 பேர் கூடுவார்கள். இதே பூங்காவில் 85 ஜோடி பெலிகன்கள் கூடுகட்டி வசித்தன. பெலிகன் அழிந்துவரும் பறவை

இனங்களுள் ஒன்று. லாக்டவுனால் பூங்காவில் மனித வாசனை இல்லை. இந்தப் பறவைகள் தொந்தரவில்லாமல் காதலித்து இனப்பெருக்கத்தை ஏற்படுத்தின.

உடைத்த பியர்பாட்டில் இம்சைகள் இல்லாமல் காடுகளில் யானைகள் மகிழ்ந்தன. ஒரு மான்குட்டி கடற்கரையில் ஆடி குதூகலித்தது. கடற்கரைகளில் டால்பின்களைப் பார்க்க முடிந்தது. சிங்கங்கள்கூட கொரோனாவுக்கு அஞ்சவில்லை.

மனிதர்களுக்குதான் பயந்தன. அவர்கள் வீட்டுக்குள்ளிருப்பதை அறிந்ததும் அவை சாண்டியாகோ (சிலி) நகர வீதியில் நடமாடிக் களித்தன.

இதே கொரோனா காலத்தில் எங்கள் தோட்டத்தில் புதிதாக ஒரு செம்போத்து வர ஆரம்பித்திருந்தது.

தேன் சிட்டுகளின் ரீங்காரங்கள் மீண்டும் கேட்கத் தொடங்கியிருக்கிறது. வெகுநாட்களுக்குப் பிறகு இன்று தோட்டத்தில் மகள் சுடர், மண்புழு ஒன்று நெளிவதை அதிசமாகக் கூப்பிட்டு காட்டினாள்.

சிறுவயதில் நாங்கள் பார்த்த தோட்டத்தை மீண்டும் புனரமைக்க விரும்பினோம்.

அருகில் நிறைய நர்சரிகள் இருக்கின்றன. அங்கு சென்றோம். ஆடுதொடா இருந்தது. நொச்சி இருந்தது. எங்கள் வாய்க்கால்களில் பசுமைவிரித்து பரவிக்கிடந்த வல்லாரை, கரிசலாங்கன்னி, இருந்தது.

காலத்துக்கு ஏற்ப புதிதாக நிறைய மூலிகைச் செடிகள். இன்சுலின், லெமன் க்ராஸ், மின்ட், ரணகள்ளி, கேசவர்த்தினி போன்ற நவீன சித்தா தேவைகளுக்கான செடிகள் இருந்தன. நெடுநாட்களாக வளர்க்க விரும்பிய திருநீற்றுப் பசலை, கற்றாழை, செண்பகம், கற்பூரவல்லி, வெற்றிலை, மிளகு, பெரியாநங்கை போன்றவைகளும் கிடைத்தன.

நகைக் கடைகளோ, மாலோ, துணிக்கடையோ, அளிக்காத நிறைவிது. ஒரு காலத்தில் இவை எங்களது உழுகுடி வாழ்வின் ஒரு பகுதியாக இருந்தது. எங்கள் அந்தியில் வானவில்லின் நிறம் இருந்தது. எங்கள் காற்றில் பறவைகளின் சங்கீதம் இருந்தது. எங்களது பாத இடைவெளியில் ஏதோ ஒரு சிற்றுயிரி ஊர்ந்து

கடந்தது. எங்கள் வாய்க்கால்களில், நெல்வயல்களில் மீன்கள் நீந்தின. குப்பைகளில் மண்புழுக்கள் நெளிந்தன.

சகோதரிகள் தொட்ட எங்கள் மேனியில் மருதாணி மணந்தது. அவர்கள் கூந்தலுக்கு தாழம்பூ வாசம். எங்கள் காலையை டி.எம். எஸ்ஸும், சுசீலாவும், சாமந்திப்பூக்களும் அழகாக்கின. அக்காக்கள் தோட்டத்து சிட்டுக்களிடம் பழிப்புகாட்டினார்கள். அணில்களும், தட்டான்களும், வெட்டுக்கிளிகளும் வண்ணத்திகளும், பொன்வண்டுகளும் நிரம்பியத் தோட்டத்தில் கீசு கீசென்று ஏதோ ஒரு ரம்மியமான சத்தம் கேட்டபடி இருக்கும். அக்காக்களின் சிரிப்பைக் கேட்டு எங்கள் தோட்டத்து வேப்பம் பழங்களுக்கும் இனிப்பு சுவை.

வெறும் ரிங்டோனும், டிவியின் குத்துப்பாட்டுகளும், ஹார்ன் சத்தமும், எமுல்ஷன் வண்ணங்களும், ஹைபிரிட் பழங்களுமாக ஒரு மாய வாழ்வு எங்களைக் கவ்வியிருந்தது. நாங்கள் ஒரு மாபெரும் வாழ்வை இழந்திருந்தோம்.

இயற்கை இலவசமாகக் கொடுத்த பல செல்வங்கள் நாம் இழந்திருக்கிறோம். பலவற்றை அபகரித்துக் கொண்டார்கள். எங்கள் தோட்டங்களைச் சுற்றி இருந்த உயிர் வேலிகளே நொச்சியும் ஆடுதொடாவும்.

அவை மனித உயிர் காக்கும் வேலிகளாகவும் இருந்தன.

அவற்றை காசு கொடுத்து வாங்க கை கூசியது.

அக்காவை, தங்கையை, அம்மாவை காசு கொடுத்து வாங்குவோமா? பலா மரத்தில் ஏறிவிளையாடும் அணில் குட்டி நம் சொந்தமில்லையா? வளர்த்த நாய்க்குட்டி செத்ததை, ஹாஸ்டலில் படிக்கும் மகளுக்கு எப்படி சொல்வதெனத் தெரியாமல் தவித்தவர்கள்தாமே நாம்!

துளசியையும், கரிசனாங்கன்னியையும், வல்லாரையையும் அதன் வேரடி மண்ணோடு வாங்கும்போது அழலாம்போலத் தோன்றியது!

வயலில் வேலை செய்த பெண்கள் எங்கள் மின் மோட்டாரின் வரப்போரம் படர்ந்திருந்த இச்செடிகளைப் பறித்து தலையில் தேய்ப்பார்கள். தொலைத்தவற்றை எண்ணி புலம்புவதில் அர்த்தமில்லை.

புதியவற்றைப் பெறவும், பழமையானவற்றை இழக்காமல் பாதுகாக்கவும் போராடுவதே வாழ்வு. நாங்கள் இந்த செடிகளோடு ஸ்கூட்டியில் திரும்பினோம்.

உழவனும் உழத்தியும் களத்து மேட்டிலிருந்து வீடு திரும்பும் அபூர்வமான அந்தியாக அது இருந்தது.

நினைத்துப் பார்த்தால் பெருமையாக இருக்கிறது. மிகப்பெரிய இடரைக் கடந்து வந்திருக்கிறோம்.

◼

8. தாய்மொழி காப்போம்

பேச்சு மொழி, எழுத்துமொழி பற்றி இன்று ஒரு பாடம்.

மனிதனின் ஆதி கானகத்தில் மொழியில்லை. விலங்குகளைப் போல் கத்தினான். பறவைகளைப்போல் முணுமுணுத்தான். தாவரங்களைப்போல மௌனத்தால் அசைவால் எண்ணங்களைப் பரிமாறினான்.

ஆதாமும் ஏவாளும் கண்களால் காதல் கடிதம் எழுதினார்கள். புலன்கள் லிபிகளின்றி உணர்வைப் புரிந்துகொண்ட காலமது.

படிப்படியாக கூச்சல்கள் ஒழுங்குற்று மொழியானது.

பேசினாள். கேட்டான். எழுதினாள். படித்தான். மொழி வளர்ந்த நிலையிது. இப்படி உருவான மொழியை குழந்தைகள் தம் தாயின் வாயிலாக கற்பதால் அது தாய்மொழி ஆயிற்று.

நம் தாய் மொழி தமிழ் ஒரு அபூர்வம். பேச்சு மொழியும் எழுத்துமொழியும் இணைந்து செழித்த அதிசயமது.

ஈராயிரம் ஆண்டுகட்கு முன்பாகவே எழுத்து மொழிக்கல்ல, பேச்சு மொழிக்கே இலக்கணமிருந்தது தமிழில்.

'எடுத்தல் படுத்தல் நலிதல் உழப்பில் திரிபும் தத்தமில் சிறிதுஉள வாகும் !' என்றது நன்னூல்.

எடுத்தல் என்பது உயர்த்தி ஒலித்தல். படுத்தல் என்பது தாழ்த்தி ஒலித்தல், நலிதல் என்பது நடுத்தரமாக ஒலித்தல்.

காவலன் 'கொல்!' என்பது எடுத்தல். காதலி 'கொல்!' என்பது படுத்தல் !

இத்தகைய பலச் சிறப்புகள் வாய்ந்த நம் தமிழை அழித்துவிடலாம் என இந்தியா கனவு காண்கிறது. ஒரு போதும் இது நடக்கப்போவதில்லை. திராவிட மொழிகளின் தாய் தமிழ். உயர் தனிச் செம்மொழி. பழமையின் களிம்பேறிய உலக மொழிக் குடும்பத்தின் மூத்த மகள்.

தமிழகம், பர்மா, மலேசியா, சிங்கப்பூர், பிஜித்தீவு, இலங்கை, தென் ஆப்பிரிக்கா, பிரிட்டிஷ் கயானா, மடகாஸ்கர், டிரினிடாட் என உலக நாடுகளெங்கும் எட்டு கோடி மக்களால் பேசப்படும் மொழி.

சிங்கப்பூரின் ஆட்சி மொழிகளில் ஒன்று! கிரேக்கம், லத்தீன், ஹீப்ரு மற்றும் சமஸ்கிருதம் என செம்மொழிகள் காலத்திற்கு ஈடு கொடுக்கமுடியாமல் தேங்கின. வரலாற்றின் அத்தனை இடையூறுகளை உதறிஎறிந்து உயர்ந்தது நம் செம்மொழி!

யுனெஸ்கோ 2473 மொழிகள் அழிவின் எல்லையில் உள்ளதாகப் பயமுறுத்துகிறது. இந்தப் பட்டியலில் நம் தமிழ் இல்லை!

தமிழின் சிறப்பு குறித்து கி.ஆ.பெ.விசுவநாதம் அவர்கள் ஒரு நூல் எழுதியுள்ளார். அதில் நந்திக்கலம்பகம் பற்றி ஒரு செய்தியைக் குறிப்பிடுகிறார்.

உலக தாய்மொழி தினத்தில் நந்திவர்மன் கதையை உங்களோடு பகிர்ந்து கொள்ள ஆசைப்படுகிறேன்.

கலம்பகம் என்பது சிற்றிலக்கிய வகைகளுள் ஒன்று. 'பல்பூ மிடைந்த படலைக் கண்ணி' என பெரும்பாணாற்றுப்படையில் ஒரு வரி வருகிறது. பல பொருள்கள் அடங்கிய ஒரு சிற்றிலக்கியப்பாடல் என இதற்குப் பொருள். கலம்பகம் என்பதை கலம்பு. அகம் எனப் பிரிக்கலாம். உள்ளத்தே எழும் உணர்வுகளின் கலவை என்றும் பொருள் கொள்ளலாம்.

அதே வேளை, கலம். பகம் என்றும் பிரிக்கலாம். கலம் என்றால் 12. இதன் பகுதி 6. 12+6 =18. 18 உறுப்புகளை உள்ளடக்கிய இலக்கிய வகைமை என்பதாலும் இது கலம்பகம்.

இப்போது நந்திக்கலம்பகத்துக்கு வருவோம். மூன்றாம் நந்திவர்மன் காலம் கி.பி.825. 850 காலக்கட்டத்தில் காஞ்சியைத் தலைநகராக ஆண்ட பல்லவ மன்னன். இவன் தந்தைக்கு இரண்டு மனைவிகள். ஒரு மனைவியின் பிள்ளை இவன். மற்றொரு

மனைவிக்கு நான்கு பிள்ளைகள். வாரிசுரிமைப் போட்டி. நந்திவர்மன் சகோதரர்களை விரட்டி அடித்து ஆட்சிக்கு வருகிறான். விரட்டப்பட்டவர்கள் மனதில் வெஞ்சினம். நந்திவர்மனை கொல்லத் திட்டமிடுகிறார்கள்.

ஒருவன் மந்திரம், ஒருவன் தந்திரம், ஒருவன் வில்வித்தை. மற்றவன் தமிழ் பயில்கிறான்.

தமிழ் கற்றவன், தான் கற்ற தமிழால் அண்ணனை அறம்பாடி அழிக்க முயல்கிறான். அவன் எழுதியதே நந்திக்கலம்பகம். ஆனால், எழுதியபிறகு தமிழ் அவன் பகையுணர்வை அழிக்கிறது. துறவு பூணுகிறான். துறவின் காரணமாக பழிவாங்கும் அனல் அணைகிறது.

ஒரு நாள் வீதிவழியே தன் கலம்பகத்திலிருந்து ஒரு பாடலை பாடியபடி செல்கிறான். அந்தப்பாடலில் மகிழ்ந்த கணிகை ஒருத்தி, உப்பரிகையில் நின்று அப்பாடலை பாடுகிறாள்.

அந்தப்பாடலில் நந்திவர்மன் இறந்து போவதாக பொருள் வருகிறது. இதைச் செவியுற்ற காவலர்கள் கணிகையை மன்னன் முன் நிறுத்துகிறார்கள். அவள் துறவியைச் சுட்டுகிறாள். துறவி அழைத்து வரப்படுகிறார்.

உன் தமிழ்ப்பாடலில் மனம் மயங்கினேன். அதைப் பாடு என்கிறான் மன்னன். பாடினால் நீ இறந்துவிடுவாய். அறம் வைத்துப் பாடியுள்ளேன்! என்கிறான் துறவி. தமிழால் எரிந்தால் உடல் அழியலாம். புகழ் வாழுமல்லவா! பாடு! என்கிறான் மன்னன்.

பச்சை கீற்றால் 100 பந்தல்கள் போடுகிறார்கள். ஒவ்வொரு பந்தலுக்கும் ஒரு பாடல். 99 பந்தல்கள் எரிந்தன. 100 வது பந்தல்.

அடுக்கிய விறகுகள் மீது மன்னன் படுத்திருக்கிறான்.

'வான்உறு மதியை
அடைந்தது
உன் வதனம்
மறிகடல் புகுந்தது
உன் கீர்த்தி
கான்உறு புலியை அடைந்தது உன் வீரம்
கற்பகம் அடைந்தது

கரிகாலன் | 39

உன் கரங்கள்
தேன்உறு மலராள்
அரிஇடம் புகுந்தாள்
செந்தழல் அடைந்தது
உன் தேகம்
நானும்என் கலியும்
எவ்விடம் புகுவேம்
நந்தியே நம்தயா பரனே !"

பாடுகிறான் துறவி.

நந்தியே! அருளில் மேம்பட்டவனே! நீ இப்போது இறந்து விட்டாய். எனவே உன் முகத்தின் ஒளி வானத்தில் உள்ள நிலவில் சேர்ந்துவிட்டது. உன் புகழ் கடலில் மூழ்கிவிட்டது. உன் வீரம் காட்டில் வாழும் புலியிடம் சேர்ந்து விட்டது. உன் கொடைத்திறம் கற்பக மரத்திடம் சேர்ந்து விட்டது. திருமகள் திருமாலிடம் சேர்ந்து விட்டாள். இவை எல்லாம் போய் விட்டன. எனவே, உன் உடல் நெருப்பிடம் சேர்ந்து விட்டது. ஆனால் நானும் என் வறுமையும் எங்கே போய் வாழ்வோம்! என்கிறது பாடல்.

விறகு பற்றி எரிகிறது. ஓடவில்லை. ஒளியவில்லை. தமிழில் பற்றிய தீ தின்ன தன் மேனியைப் பரிசாகத் தருகிறான் நந்திவர்மன்.

பல்லவர்கள் வடமொழிப் பற்றுடையவர்கள். ஆனால் மூன்றாம் நந்திவர்மனோ தமிழுக்காக உயிர் தந்தான். இது உண்மையா? புனைவா? சந்தேகம் இருக்கிறது. மொழி மீது கொண்ட காதலால் மூன்றாம் நந்திவர்மன் இறந்தது நிகழ்வா? புனைவா? அய்யமாக இருக்கிறது. ஆனால் தாய்மொழி காக்க, சென்னை நடராசன், தாளமுத்து, கீழப்பழுவூர் சின்னசாமி, கோடம் பாக்கம் சிவலிங்கம், விருகம் பாக்கம் அரங்கநாதன், கீரனூர் முத்து, சிவகங்கை ராசேந்திரன், சத்தியமங்கலம் முத்து, அய்யம்பாளையம் ஆசிரியர் வீரப்பன், விராலிமலை சண்முகம், பீளமேடு தண்டபாணி, மயிலாடுதுறை சாரங்கபாணி போன்ற ஈகையர் உயிர்தந்து காத்த மொழி தமிழ் என்பதில் அய்யமில்லை.

ஒரு மொழி இயற்கையாக அழிவதில்லை. உலகமயமாக்கல், தொழில் நுட்ப வளர்ச்சி,மைய நீரோட்ட ஊடகங்கள் போன்றவை மொழி அழிப்பில் முக்கிய தாக்கத்தை ஏற்படுத்துகின்றன.

தேசியகட்டமைப்பு, கல்விப்புல செயல்பாடுகள் வழியாக நிறுவப்படும் அதிகாரம், ஒரு சில மொழிகளை வளர்த்து, பற்பல மொழிகளைத் திட்டமிட்டு அழித்துவிடுகின்றது.

ராணுவம், பொருளாதாரம் போல மொழி மூலமும் அதிகாரம் ஏவப்படுவதின் விளைவே இந்தித் திணிப்பு போன்றவை.

இருப்பினும் தமிழையெல்லாம் எப்போதுமே அழித்துவிடமுடியாது.

மொழி குறித்து இன்னும் நுட்பமாக சிந்திக்க வேண்டியிருக்கிறது.

நமது தமிழ் நிலத்தில் வாழும் பல பழங்குடி மொழிகள் பாதுகாப்பற்று அழியும் நிலையில் இருக்கின்றன. நம்மைவிட பலவீனமாக இருக்கும் இத்தகையோர் மொழி குறித்து நாம் அக்கறை கொள்ள வேண்டியிருக்கிறது.

நீலகிரி மலைப்பகுதி, ஆனைமலைப் பகுதிகளில் வாழும் இருளர்கள் பேசும் மொழி இருளா. இந்த இருளா மொழியை 4600 பேர் பேசுகின்றனர்.

இதுபோன்றதே குறும்பா, படடா பழங்குடி மொழிகளும். தமிழ், மலையாளத்தோடு தொடர்புடைய இன்னொரு மொழி கொடகு. இதற்கு எழுத்துவடிவம் இல்லை.

நீலிகிரி மலைப் பகுதிகளில் வாழும் இன்னொரு பழங்குடி இனத்தவர் கோடர்கள். இவர்களது மொழி கோடா.

900 பேர் கோடா மொழி பேசுகின்றனர். கன்னட மொழியின் கொச்சை வடிவம்போல இருக்கக் கூடியது கோடா மொழி.

நீலகிரி மலையில் மேலுமொரு பழங்குடி தோடர்கள். இவர்கள் பேசுவது தோடா மொழி. 800 பேர் இந்த தோடா மொழியைப் பேசுகின்றனர்.

இத்தகைய மொழிகளை அழிப்பதென்பது மலையிலிருக்கும் அவர்களது வேரை வெட்டும் செயலாகும்.

இவர்களிடம் இருளா, கோடா, தோடா இல்லாதபோது தங்கள் வேரடி மண்ணை வைத்திருக்கும் மலையையும் இவர்கள் இழக்க நேரிடும். மொழி உரிமை வேறு மனித உரிமை வேறு அல்ல! இன்று உலகமெங்கும் 11 நாளைக்கு ஒரு முறை ஒரு மொழி அழிகிறது. அதாவது அந்த மொழியைப் பேசும் கடைசி மனிதனோடு அந்த மொழியும் கல்லறையில் புதைக்கப்படுகிறது.

குறிப்பாக உலகில் 4000 ஆதிவாசிகள் பேசும் மொழிகளில் 80% மொழிகள் அழிக்கப்பட்டிருக்கின்றன.

அமெரிக்கா, கனடா, ஆஸ்த்திரேலியா போன்ற நாடுகளில் மட்டும் 300 க்கும் மேற்பட்ட ஆதிவாசி மொழிகள் அழிக்கப்பட்டிருக்கின்றன.

இத்தகு ஆதிவாசிகளது பிள்ளைகளுக்கு தாய்மொழிக் கல்வி மறுக்கப்பட்டு ஆங்கிலமோ ஸ்பானிஷோ ஃப்ரெஞ்சோ திணிக்கப்பட்டது. தங்களது தாய்மொழியை இழந்த பிள்ளைகளுக்கு அந்நிய மொழிகளில் வெறும் ஏவல் வாக்கியங்களையே கையளித்தது அதிகாரம்.

அவர்கள் தங்கள் மூதாதையர் சாமிகும்பிட்ட வரலாறை இழந்தார்கள். குடும்பத் தொழில் நினைவுகளை இழந்தார்கள். தங்கள் மூதாதையரின் காதல் சொற்களை இழந்தார்கள். தங்கள் நிலத்தின் ஆதிவிதைகளை, ஆதிவார்த்தைகளை, சேர்த்தே இழந்தார்கள்.

துருக்கியின் எல்லைப் பகுதியில் பேசப்படும் மொழி உபிக். அதைப் பேசிய கடைசி மனிதன் டெப்விக் எசன்ச். அவனைப் புதைத்தபோது உபிக் அழிந்திருந்தது. அவன் கல்லறையில் உபிக் என்ற மொழியைப் பேசிய கடைசி மனிதன் என எழுதினார்கள்.

இது போலவே கேரளாவில் மலையாள போர்ச்சுகீஸ் கிரியோல் என்றொரு மொழி. இது கேரள கத்தோலிக்கர்களின் அடையாளம்.

கொச்சியை சேர்ந்த வில்லியம் ரொசாரியோ கடந்த 2010ஆம் ஆண்டு இறந்தார். அவர்தான் இந்தமொழியைப் பேசிய கடைசி மனிதர். இந்த மொழி இப்போது இல்லை. போகோன் என்கிற மனிதர் மறைந்தபோது கசாபே எனும் மொழி அழிந்தது.

ஜகார்தாவில் வஹீததே எனுமிடத்தில் ஆகேததே எனும் குழுவினர் 50 பேர். இவர்கள் பேசிய மொழி இன்றில்லை.

பப்புவா நியூகினியாவில் குருமுலும் என்றொரு இனக்குழு. இது 10 பேர் கொண்டது. இவர்கள் பேசும் குருமுல் மொழி அழிந்தது.

அமெரிக்காவில் 1,013 மொழிகள், ஆப்பிரிக்காவில் 2,058 மொழிகள், ஐரோப்பாவில் 230 மொழிகள், ஆஸ்திரேலியாவில் 250 மொழிகள், ஆசியாவில் 2,197 மொழிகள் இருந்தன. இன்றோ இவற்றில் சராசரியாக 25% மொழிகளே பிழைத்துக் கிடக்கின்றன.

இப்படி மொழி அழிப்புக்கு பெரிதும் பாதிக்கப்பட்டவர்கள் கருப்பர்கள், ஆதிவாசிகள், பழங்குடிகளே, மலைவாழ் மக்களே!

இன்று மொழி என்பது விளம்பரம் செய்வதற்கும், ஏவல்செய்யும் கட்டளை வாக்கியங்களுக்காகவும் என்றானது.

உணவகத்துக்கு செல்லும்போது, மொழி தெரியாத வடகிழக்கு மாநிலங்களின் ஆதிவாசிப் பிள்ளைகளுக்கும், நமக்கும் இடையே உள்ள மெனுகார்டில் இருப்பது நமது இருவரின் மொழியும் கிடையாது. இருவரின் தானியமும் கிடையாது.

என்பதை அறிந்தால் மொழி அழிப்பின் அரசியலை உணரமுடியும்!

◘

9. மகிழ்ந்திருங்கள்

நமது வாழ்வின் ஆதாரமான உணர்ச்சி எது? என்று சிந்தித்தால், மற்ற எல்லா உணர்வுகளைவிடவும் மகிழ்ச்சியே முக்கியமான உணர்வாகத் தோன்றுகிறது.

இந்த பிரபஞ்சத்தைச் சற்றுக் கூர்ந்து அவதானியுங்கள். உயிரினங்கள் மகிழ்ந்து வாழும் வண்ணமே இப்பிரபஞ்சம் படைக்கப்பட்டுள்ளது. பரந்த ஆகாயம், அதில் பாலைப் பொழியும் நிலா, நிலவொளி சிதறும் சமுத்திரம், விண்தொடும் மலைகள், முகடுகளில் சிதறிவிழும் அருவிகள், தண்ணீர் விழும் ஓசையை பிரதிபலிக்கும் அடர்ந்த காடுகள்.

இவை அனைத்தும் மனிதர்களும், பிற உயிரிகளும் மகிழ்ந்து வாழ இயற்கை அளித்த கொடைகள். இந்த இயற்கை விதியை பிற உயிரினங்கள் ஏற்று களித்திருக்கின்றன. ஆனால், மனிதர்களோ ஒரு கட்டத்தில், தம் மகிழ்ச்சிக்கு இவை போதுமானதாக இல்லையென உணர்கிறார்கள். மேலும் மகிழ்ந்திருக்க, மால்களை, நட்சத்திர விடுதிகளை, மதுக்கூடங்களை, திரையரங்குகளை, மகிழுந்து தொழிற்சாலைகளை, ஐந்தாம் தலைமுறை அலைக்கற்றைகளை, ஆபரணக் கடைகளை உருவாக்கினார்கள். ஆனாலும் மனிதர்களால் மகிழ்ச்சியாக இருக்க முடிந்ததா?

எங்கள் பக்கத்து வீட்டுக்காரரர் ஒரு புது மாடல் கார் வாங்கினார். வீட்டில் இருந்தவர்களுக்கு ஒரே மகிழ்ச்சி. கல்லூரியிலிருந்து திரும்பிய மகன், 'இதே கம்பெனி நேற்று ஒரு புது மாடலை அறிமுகப்படுத்தியிருக்கிறது. அவசரப்பட்டு இதை வாங்கிவிட்டீர்களே!. அப்பாவிடம் வருத்தப்பட்டான். மொத்தக் குடும்பமும் அப்செட். சந்தை நம் பொருட்களை ஒவ்வொரு வினாடியும் பழசாக்கிக்கொண்டே இருக்கிறது. இந்த

சந்தையின் நோக்கம் நம்மை மகிழ்ச்சியாக வைத்திருப்பதல்ல. லாபம் சம்பாதிப்பதுதான். சந்தையால் காரை, செல்ஃபோனை, டிவியை, வாஷிங் மெஷினை விற்க முடியுமே தவிர, மகிழ்ச்சியை விற்க முடியாது!

மனித சமூகம் தோன்ற ஆரம்பித்ததில் இருந்தே, மகிழ்ச்சிக்கான விழைவும் தோன்றத் தொடங்கிவிட்டது. எப்போது மனதில் மகிழ்ச்சி தோன்றுகிறது. என்பதை மனிதர்கள் சிந்திக்க ஆரம்பித்தார்கள். தொல்காப்பியரும் சிந்திக்கிறார்.

'செல்வம் புலனே புணர்வு விளையாட்டு என்று
அல்லல் நீத்த உவகை நான்கே'

என்கிறார்.

செல்வம், புலன் உணர்ச்சி, காதல், விளையாட்டு போன்றவற்றால் மனிதர்களுக்கு மகிழ்ச்சி தோன்றும் என்கிறார் தொல்காப்பியர்.

புத்தர் அரண்மனையில் பிறந்தவர். இளவரசர். செல்வத்துக்கு, புலன் இன்பத்துக்கு, காதலுக்கு, விளையாட்டுக்கு குறைவில்லை. அவரால் ஏன் மகிழ்ச்சியாக இருக்க முடியவில்லை?

ஒவ்வொருவரும் தங்களுக்குத் தெரிந்த வழிகளில் மகிழ்ச்சியைத் தேடுகிறார்கள்.

சிலருக்கு கடவுளைத் தேடுவதில் மகிழ்ச்சி. சிலருக்கு சாத்தானை ஆராய்வதில் மகிழ்ச்சி. சிலருக்கு கவிதை எழுவதில் மகிழ்ச்சி. சிலருக்கு பணத்தை சதா எண்ணிக் கொண்டிருப்பதில் மகிழ்ச்சி.

ஆனாலும், இவையனுத்துமே ஒரு சமயத்தில் சலித்துப்போய் விடுகிறது. மனம் ஒரு பூரித நிலையை அடைந்துவிடுகிறது. இதற்கு மேல் என்ன செய்து மகிழ்ச்சியை அனுபவிப்பது? சாமியார்களிடம், உபன்யாசிகளிடம், சுயமுன்னேற்ற உரை நிகழ்த்துபவர்களிடம், புத்தகங்களிடம், மருத்துவர்களிடம் சரணடைகிறார்கள்.

இதற்கெல்லாம், மார்க்ஸ், காந்தி, அம்பேத்கர், பெரியார், அன்னை தெரசா, மார்ட்டின் லூதர் கிங் போன்றவர்களுக்கு நேரம் இருந்ததா?

காந்தி, நேரு, போன்றவர்கள் பெரும்பாலான காலத்தைச் சிறையில் கழித்தார்கள். பெரியார், அம்பேத்கர் போன்றோர்

பெரும் நாட்களை போராட்டக் களத்தில் கழித்தார்கள். இவற்றையெல்லாம் இவர்கள் துக்கத்தோடா செய்தார்கள்? பகத்சிங்கால் சாகும்போதும் எப்படி சந்தோஷமாக இருக்க முடிந்தது? நெல்சன் மண்டேலாவால் சிறையில் எப்படி மகிழ்ச்சியாக இருக்க முடிந்தது?

ஆகவே, எது மகிழ்ச்சி? என்பதை நாம் கண்டுபிடிக்க வேண்டியிருக்கிறது. மார்ச் 20 ஆம் தேதி சர்வதேச மகிழ்ச்சி தினம். இந்த மகிழ்ச்சி தினத்தை ஒட்டி ஐக்கிய நாடுகள் சபை உலகின் மகிழ்ச்சியான நாடுகளை வரிசைப்படுத்தி வெளியிட்டிருந்தது. இந்த வரிசையில் இந்தியா 120 வது இடத்தில் இருக்கிறது என்பது நமக்கு கவலை தரும் செய்தி.

நார்வே, டென்மார்க், ஐஸ்லாந்து, சுவிட்சர்லாந்து, ஃபின்லாந்து, நெதர்லாந்து, கனடா, நியூசிலாந்து, ஆஸ்திரேலியா மற்றும் ஸ்வீடன் போன்ற நாடுகள் முதல் பத்து இடங்களைப் பிடித்திருக்கின்றன. அதேவேளை ஏமன், தெற்கு சூடான், லிபியா, கினியா, டோகோ, ரவாண்டா, சிரியா, தான்சானியா, புருண்டி மற்றும் மத்திய ஆஃப்ரிக்க குடியரசு போன்ற நாடுகள் கடைசி பத்து இடங்களைப் பிடித்திருக்கின்றன.

உள்நாட்டு அரசியல் குழப்பங்கள், போர், வறுமை, கல்வியறிவின்மை என இதற்குப் பல காரணிகள் இருக்கின்றன.

மகிழ்ச்சியாக இருப்பதென்பது மேலோட்டமாகப் பார்த்தால் தனிமனிதப் பிரச்சனை போல் தோன்றும். இதை ஒரு டாக்டரிடம் கேட்போமே, என்று மகள் மருத்துவர் சுடரிடம் கேட்டேன்.

‘எப்படி மனதில் மகிழ்ச்சி தோன்றுகிறது?’ என்றேன். சிரித்தாள். ‘நீங்க மகிழ்ச்சியாக இருக்கீங்கதானே? அப்புறம் என்ன திடீர்னு இந்த சந்தேகம்?’

‘நம்ம உடம்புல இருக்குற என்டார்பின், செரோடோனின், டோபமைன், ஆக்சிடோசின் போன்ற ஹார்மோன்கள், மேலும் சில வேதிப்பொருட்களாலும்தான் மகிழ்ச்சி உருவாகிறது!’

‘என்டார்பின் போன்ற சுரப்பிகள் சரியாக வேலை செய்யலைன்னா, கழுத்துவலி, தலைவலி, தனிமை உணர்ச்சி தோன்றும். எக்சர்சைஸ் செய்யும்போது, வாசனை உள்ள உணவுப் பொருட்களை சாப்பிடும்போது, மனதில் காதல் உணர்வுகள் தோன்றும் போது இந்த சுரப்பிகள் நன்றாக வேலை செய்யும்!‘

'அப்போ... மகிழ்ச்சி என்பது தனிமனிதப் பிரச்சனைதானா?' அவளை ஆராய்ந்தேன்.

'அப்படி சொல்ல முடியாது. இது சமூகப் பிரச்சனையும்கூட! நிறைய பேருக்கு சத்தான உணவு கிடைக்கல. குழந்தைகளுக்கு புரதச்சத்து இல்லை!' சற்று அமைதியானாள்.

'மகிழ்ச்சியா இருக்க உங்களிடம் மருந்து இருக்கா?. என்றேன். 'இருக்கு. அது இன்ஸ்ட்டண்ட். நிரந்தரத் தீர்வாகாது. ஒரே வழி கட்டிப்புடி வைத்தியம்தான்!'

மகள் சுடர் கூறியதைச் சிந்தித்தேன் .

இதை அவள் ஆழமான பொருளில் சொல்லியிருக்க வேண்டும். நமக்கு மகிழ்ச்சியை நல்ல ஆடை, விலை உயர்ந்த அணிகலன், ஆடம்பர வீடு, சுவையான உணவு போன்றவற்றால் தந்துவிட முடியாது.

'நான் மகிழ்ச்சியாக இருக்க வேண்டும். அதற்காக எதையும் செய்வேன்' என்பதிலேயே ஒருவித சுயநலம் இருக்கிறது. மகிழ்ச்சியின் மிகப்பெரிய ஆதாரமே பிறரை நேசிப்பது தான் என்கிறார் புத்தர். அதைதான் காந்தியும், மார்க்சும், வள்ளலாரும் செய்தார்கள். சக உயிர்களிடத்து அஹிம்சையை காட்டச் சொன்னார் காந்தி. மானுடத்தின் துன்பம் போக்க சிந்தித்தார் மார்க்ஸ். வாடிய பயிரை கண்டபோது வாடினார் வள்ளலார்.

அன்பால் சக உயிரியைத் தழுவுவதைதான் எளிமையாக 'கட்டிப்புடி வைத்தியம்!' என்று சொல்லியிருக்கிறாள் சுடர்.

'மகிழ்ச்சி என்பது உள்ளார்ந்த அமைதியைச் சார்ந்தது, அது அன்பான மனதை சார்ந்திருக்கிறது' என்கிறார் 14வது தலாய் லாமா.

மகிழ்ச்சி என்பது வெளியில் இல்லை. அது நமக்குள்ளே இருக்கிறது. இந்த உலகம் முழுமையும் மகிழ்ச்சியோடு இருக்கிறபோதுதான் நாமும் மகிழ்ச்சியாக வாழ முடியாது. அதற்கு கடற்கரைகளை அழித்து உருவாக்குகிற செயற்கை நீர்விளையாட்டுப் பூங்காக்கள் தடையாக இருக்கின்றன. ஆற்றை அழித்து உருவாக்குகிற மாளிகைகள், ஆற்று நீரைத் திருடி தயாரிக்கிற செயற்கை குளிர்பானங்கள் தடையாக இருக்கின்றன.

சுருக்கமாகச் சொன்னால் ஒரு மண்புழுவால் மகிழ்ச்சியாக வாழமுடியாது போனால் ஒரு மீனால் மகிழ்ந்து நீந்த முடியாது. ஒரு ஆலமரம் சந்தோஷமாக கிளைவிரிக்க முடியாதுபோனால் ஒரு சிட்டுக் குருவியால் உவப்பின் இசையைப் பாட முடியாது.

தொழுவத்தில் கன்றுக்குட்டி துள்ளிவிளையாடாமல் போனால் அம்மாக்களால் முகத்தில் உவகையைக் காண முடியாது.

மகிழ்ச்சி ஒரு சங்கிலி. அதன் முதல் கண்ணி கடவுளிடம் இருக்கிறது. இரண்டாவது கண்ணி ஒரு சிற்றெறும்பிடம் இருக்கலாம். மூன்றாவது கண்ணி ஒரு பசுமாட்டிடம் இருக்கலாம். நீங்கள் அதை விற்று விட்டு ஒரு டிவி பெட்டியை வாங்கும்போது உங்களையும் அறியாமல் மகிழ்ச்சியின் கண்ணியை அறுத்துவிடுகிறீர்கள்.

மகிழ்ச்சியாக இருக்க விரும்புவோர்கள் சூழலுக்கு நன்றியுணர்வோடு இருங்கள். மகிழ்ச்சியாக இருக்க விரும்புகிறவர்கள் மனித குலத்தின் விடுதலைக்காக போராடுவதில் ஆர்வமுடையவராக இருங்கள். மகிழ்ச்சியாக இருக்க விரும்புபவர்கள் பிற உயிரிகளின் மகிழ்ச்சிக்கு ஆதரவாக இருங்கள்.

மகிழ்ச்சி இளையராஜாவின் வயலினில் இருக்கிறது.

மகிழ்ச்சி பகத்சிங்கின் துப்பாக்கியில் இருக்கிறது. மகிழ்ச்சி காந்தியின் பொக்கை வாய் சிரிப்பில் இருக்கிறது.

மகிழ்ச்சி படிக்கத் தெரியாதவர்களுக்கு சுஜாதாவின் ஒரு கதையை,கண்ணதாசனின் ஒரு கவிதையைப் படித்துக் காட்டுவதில் இருக்கிறது.

வெயிலில் வெறுங்காலோடு பிச்சையெடுக்கும் அனாதைச் சிறுவனை அழைத்துப்போய் ஒரு சோடி செருப்பு எடுத்து தருவதிலும் மகிழ்ச்சி இருக்கிறது.

மகிழ்ச்சியாக இருப்பது அப்படியொன்றும் கடினமான காரியமில்லை. நல்ல மனசில் எப்போதும் குடியிருக்கிறது மகிழ்ச்சி மகிழ்ந்திருங்கள் !

◘

10. அற்றைத்திங்கள் அவ்வெண்ணிலவில்

சித்திரை அதன் அத்தனை அழகுகளோடும் உக்கிரத்தோடும் வந்து கொண்டிருக்கிறது.

வீதியோரங்களில் நுங்குகளும், வெள்ளரிப் பிஞ்சுகளும், தர்பூசணி பழங்களும், வரும் புதிய பருவத்துக்கு பரிசுகளாக குவிந்திருக்கின்றன.

நமது குளிர்கால உடுப்புகளைத் துவைத்து, உலர்த்தி மடித்து வைக்கிறோம். பகல் முழுவதும் அனலடித்த கூரைகளின் மீது சித்திரை நிலா அதன் குளிர்ரேகைகளை பரப்பி வைக்கிறது.

சித்திரை முழு நிலா தமிழர்தம் பண்பாட்டு வெளியில் குளிரைப் பொழிந்தபடி இருக்கிறது. 'திங்களைப் போற்றுதும்' என்றார் தமிழ்ப் பேராசான் இளங்கோ.

தமிழ் அணங்கை,

'தக்கசிறு பிறைநுதலும் தரித்தநறும் திலகமுமே'

எனப் புகழ்ந்து பாடுகிறார் மனோன்மணியம்.

தன் இணை அருகில் இல்லாதபோது நிலாவோடு பேசுபவர்கள் காதலர்கள்.

சாப்பிட அடம்பிடிக்கும் குழந்தைகளுக்கு, அன்னையர் அம்புலிகாட்டி அமுதூட்டும் வழக்கம் நம்மிடம் இருக்கிறது. இறைவனுக்கு, தூவெண்மதிசூடிப் பார்த்த அழகும் தமிழில் இருக்கிறது. 'மதிநுதல் மங்கையோடு வடபால் இருந்து' என சக்தியின் நுதலை பாடுகிறார் திருஞானசம்பந்தர்.

full moon, எனும் ஆங்கிலப் பதத்துக்கும் முன்பாக, பௌர்ணமி எனும் சமற்கிருதப் பிரயோகத்துக்கும் முந்தி, நிலவை முழு மதி, நிறை மதி என்றவர் தமிழர். அமாவாசையை ஆங்கிலம் new moon என்கிறது. இன்னும் அறிவியல் பார்வையோடு தமிழ் மறை மதி. என்கிறது.

பெருஞ்சேரலாதனும் கரிகாற் பெருவளத்தானும் போரில் மோதுகின்றனர். பெருஞ்சேரலாதனின் மார்பில் அம்பு பாய்ந்து முதுகைத் துளைக்கிறது. வடக்கிருந்து உயிர்துறக்கிறான் சேரன். இந்தக் காட்சியை புறநானூறு (65)

'இரு சுடர் தம்முள் நோக்கி,

ஒரு சுடர் புன்கண் மாலை மலை மறைந்தாங்கு' எனப்பாடுகிறது.

முழுநிலா தோன்றும் வானவியல் தமிழரிடத்து இருந்தது.

தமிழர்கள் காலத்தை நிலாவின் பயணத்தை வைத்து கணித்தனர். அதனால்தான் மாதத்தை 'திங்கள்' என்றனர்.

ஒரு மாதத்தில் ஒரு முழு நிலா, ஒரு மறை நிலா, ஒரு பிறை நிலா வானில் தோன்றும். இதை வைத்து மாதத்துக்கு 30 நாட்களென்றும், ஆண்டுக்கு 360 நாட்களெனவும் கணக்கிட்ட தமிழர் நாட்காட்டி, இராசராச சோழன் காலத்தில் புழக்கத்தில் இருந்தது.

ஒவ்வொரு மாதத்தின் 12 வது நாளில் முழு நிலாவும், 27 ஆம் நாளில் பிறைமதியும், 30 ஆம் நாள் பிறை நிலாவும் தோன்றுவது இயற்கை. சில சமயம் இந்த இயற்கையில் சிறிய மாற்றங்கள் நிகழ்ந்தன. அதை 'நிலவு தடுமாறுதல்' என்றார்கள். இப்படி இயற்கை தடுமாறியபோது அதை சமனிலைக்கு கொண்டுவர தமிழர்கள் பல்வேறு உத்திகளைக் கையாண்டிருக்கின்றனர்.

தஞ்சை பெரிய கோவிலில் உள்ள மகாமண்டபத்தின் நாடகமேடையில், 400 பெண்கள் காலைப் பொழுதில் கூடி, உடுக்கை ஒலிக்கேற்ப நடனம் ஆடினார்கள். மகுடி போன்ற இசைக்கருவிகளில் இசையை எழுப்பி, தேவாரம் போன்ற தமிழிசைப் பாடல்களைப் பாடினார்கள். இதன் மூலம் கதிரை, நிலவை தமிழர் கட்டுப்படுத்தியதாக தமிழறிஞர் மெய்ம்மன் கூறுகிறார்.

அறுவடை முடிந்து சீதனங்கள் உழவுக்குடியில் சேர்ந்த காலம் சித்திரை. இந்த மாதத்தில்தான் 'சித்திரைக் கார்' எனும் நெல்லை

அறுவடை செய்தார்கள். சித்திரையிலும் காவிரி பெறுகுகிற காலம் ஒன்றிருந்தது. அதை 'சித்திரை சிலம்பன்' என்றார்கள். இந்த சித்திரை மாத நிறைமதி நாளில் ஆலயங்களில் திருவிழாக்கள் கொண்டாடினர். அப்போது புதுநெல்லில் 'சித்திரைக் கஞ்சி'யைப் படையலிட்டு அருந்திய வழக்கும் இருந்தது.

சித்திரை முழு மதி நாளில்தான் மாமல்லபுரத்திலும் பூம்புகாரிலும் இந்திர விழாவும், வசந்த விழாவும் கொண்டாடி மகிழ்ந்தனர்.

சித்திரை நிறைமதி நாள் கண்ணகி வழிபாட்டிலும் முக்கிய இடம்பெறுகிறது.

பௌர்ணமி நிலவில் குடும்பத்தோடு ஆற்றங்கரைக்கு சென்று, அங்கு தென்னை மரங்களிடையே எழுந்து சிரித்த திங்களில் களித்து, எடுத்துச் சென்ற கட்டுச்சோற்றை அவிழ்த்து, சாப்பிட்ட காலமும் தமிழர்கட்கு இருந்தது.

தமிழகத்தில் மட்டுமல்ல. உலகின் வெவ்வேறு பகுதிகளில் முழு நிலவு குறித்த பல நம்பிக்கைகள், கதைகள், இருக்கின்றன .

அக்டோபர் மாதத்தில் வரும் முழு நிலைவை ஆங்கிலேயர்கள் ஹண்டர் மூன் என்கிறார்கள்.

வட அமெரிக்க பூர்வகுடிகள் இந்த நாளை வேட்டைக்கு உகந்த நாளாகக் கருதினர். இந்த முழு நிலவு நிலநடுக்கோட்டின் வடக்கு அரைக்கோளத்தில் மிகச் சிவப்பு நிறத்தில் தோன்றும். இதன் லூனார் ரேகைகளால் மான் கூட்டங்கள் பைத்தியம் கொண்டதுபோல் ஓடும். அப்போது அவற்றை வேட்டையாடுவது எளிது என்பதால் இது வேட்டை நிலவானது !

லூனார் என்பது நிலவைக் குறிக்கும் லத்தீன் வார்த்தை. லூனாடிக் என்ற லத்தீன் வார்த்தை பைத்தியத்தைக் குறிக்கும். நிறைமதியின் ரேகைகள் பைத்திய உணர்வைத் தூண்டக் கூடியது என்றும் கூறுகிறார்கள்.

வேட்டை நிலவை டிராவல் மூன், அதாவது பயண நிலவு என்றும் ஒரு பகுதியினர் அழைக்கின்றனர். குளிர்காலத்துக்கு உகந்த புதிய இடங்களைத் தேடி பறவைகள் பயணிக்கத் தொடங்கும் நாள் இது. ஆகவேதான் டிராவல் மூன் !

இப்படி ஒவ்வொரு மாத முழு நிலவுக்கும் பெயர்கள் இருக்கின்றன.

ஜனவரியில் வருவது ஓநாய் நிலவு. பிப்ரவரியில் பனி நிலவு. மார்ச்சில் புழு நிலவு,

ஏப்ரலில் பிங்க் நிலவு, மேமாதத்தில் மலர் நிலவு,

ஜூனில் தோன்றுவது ஸ்ட்ராபெரி நிலவு, ஜூலையில் பக் மூன், ஆகஸ்ட்டில் ஸ்டர்ஜன் மூன், செப்டம்பரில் அறுவடை நிலவு, முழு சோள நிலவு, அக்டோபரில் ஹண்டர்ஸ் மூன், நவம்பரில் ஃபீவர் மூன், டிசம்பரில் வருவது குளிர் நிலவு.

இப்படி நிலா உலகெங்கும் பல்வேறு புனைவுகளை எழுப்புவதாக இருக்கிறது.

நிலாவைப் பார்க்க முடியாமல் நவீன மனிதர்களை காலம் அடுக்ககங்களில் அடைத்து வைத்திருக்கிறது. தொலைக்காட்சியிலும், கணினி திரையிலும் குழந்தைகளுக்கு நிலா காட்டும் அவலம் பெற்றோர்களுக்கு இன்று ஏற்பட்டிருக்கிறது. இது நிலா பார்ப்பது ஆகாது. தமிழர் நிலா வேறு. அது பல்வேறு நினைவுகளை நெஞ்சில் கிளர்த்தக் கூடியது.

'அற்றைத் திங்கள்
அவ்வெண் ணிலவின்
எந்தையும் உடையேம்.
எம்குன்றும் பிறர்கொளார்'

எனப் பாரி மகளிர் நிலாவையும் அவர்தம் வளமான வாழ்வையும் எண்ணி ஏங்கினார்களே! நமக்கும் அப்படி ஒரு நிலா,

நமது பால்யத்தில் இருந்தது. அந்தச் சித்திரை நிலவை பிள்ளைகட்குக் காட்டி மகிழ வேண்டும்!

◼

11. ஆனந்தம் விளையாடும் வீடு

இப்போது, சமூகத்தில் அதிகம் புழக்கத்தில் இருக்கும் வார்த்தையாக 'தனிமைப்படுதல் (Isolation)' இருக்கிறது. கொரோனா இரண்டாம் அலை வீசிக்கொண்டிருக்கும் காலத்தில் குடும்ப தினம் (மே 15) வருகிறது.

தனிமைப்படும் காலம் முன்னெப்போதை விடவும் குடும்பத்தின் முக்கியத்துவத்தை உணர்த்துகிறது.

சமீபத்தில் பார்த்த காட்சி ஒன்று குடும்ப அமைப்பின் மாண்பை உணர்த்துவதாக இருந்தது.

எங்கள் பகுதியில் ஓர் அம்மன்கோவில். அக்கோவில் அருகே ஒரு தந்தையையும் மகளையும் பார்த்தேன். வயோதிகமடைந்த தந்தை. மகளும் சற்று வயதானவள்தான்.

கல்யாண வயதில் அவளுக்கு குழந்தைகள் இருப்பார்கள்.

நடை தளர்ந்த தந்தையை கைத்தாங்கலாக வாக்கிங் அழைத்துச் செல்கிறார் மகள்.

இப்படி எனது ஞாபகங்களின் பெருவழிப்பாதையில், அவ்வப்போது கடவுளைப்போன்ற சிலர் நடந்து சென்றவண்ணம் இருக்கிறார்கள்.

நினைவின் தாழியைத் திறந்து வாழ்வின் ரசம் மிகுந்த காட்சிகளை உயிர்ப்பிக்கிறார்கள்.

சிறு பாலகனாக இருந்தபோது, என்னுடைய தாத்தா சேதியூரிலிருந்து, விளாகம் தச்சனிடம் நடைவண்டி செய்து, பழைய ஹெர்குலிஸ் மிதிவண்டியில் எடுத்துவந்தார்.

அந்த நடைவண்டியைப் பற்றி, நடைபழகக் கற்றபோது பல முறை மண்ணில் விழுந்தேன். எத்தனை தாய்க்கரங்கள் ஓடிவந்து தூக்கிவிட்டன. என் காயங்களில் ஒட்டியிருந்த தெருமண்ணே அதை ஆற்றவும் செய்தது. ஒரு நடை வண்டியால் நடைபழகவும், மனிதர்களின் அன்பை உணரவும், மண்ணின் வாசத்தை அனுபவிக்கவும் கற்றுத்தந்தார் தாத்தா.

ஒரு நாள் அவர் தள்ளாமையை எட்டியிருந்தார். தேசத்தின் தலைநகர் செல்கிற வாய்ப்பு கிடைத்தது. அங்கு ராஜஸ்தான் கைவினைப் பொருட்கள் விற்கும் கடையில் அவருக்கு ஒரு வாக்கிங் ஸ்டிக் வாங்கினேன்.

தாத்தா அந்த வாக்கிங் ஸ்டிக்கை பற்றியிருந்த அழகைப் பார்க்க வேண்டுமே! மாமன்னன் அக்பர் செங்கோலைப் பிடித்திருப்பது போன்ற அழகு அது!

சிறு வயதில் பார்வையாலே போர்த்தி மேனியின் குளிர் விரட்டிய குளிர்காலத்தை அளித்தவள் எங்கள் ஆயா.

அவளுக்கு, ஒரு காஷ்மீரத்து சால்வையும் அங்குதான் வாங்கினேன். காலம் மெதுவாகவும் அன்பாகவும் கருணையோடும் நகர்ந்தது.

மகள் பிறந்தாள். தோட்டத்திலிருந்த பூவரசின் கிளையை அறுத்து, அப்பா கலியமூர்த்தி ஆசாரியிடம் கொடுத்தார். காலம் அந்தப் பலகையில், பல வண்ண ரேகைகளை வரைந்திருந்தது.

அந்தத் தொட்டிலில் கண்மலர்ந்தாள் சிந்து. அதை சொர்க்கத்தின் இடப் பக்கத்துக்கும் வலப் பக்கத்துக்குமாக அசைத்தாள் அம்மா. தொட்டில் ஒரு நதியைப்போல் என் கவிமனசுக்குள் அலையடித்துக் கொண்டிருந்தது.

தொட்டில் செய்து கொடுத்த தாத்தாவிடம், +2 வேதியலில், இயற்பியலில், கணக்கில், தாங்கள் எடுத்த சென்டத்தை குழந்தைகள் சிந்துவும் சுடரும் காட்டி இன்புற்றார்கள்.

எந்த தாத்தா தொட்டில் செய்து கொடுத்தாரோ, அவர் படுத்தபோது பிள்ளைகள் டயாபர் மாட்டிவிட்டார்கள். தன்னுடைய இரண்டு பேத்திகளும் டாக்டர்கள் என்ற பெருமையில், குறுகலான ஒரு மரபெஞ்ச்சில் மகிழ்ந்து கண்ணுறங்கினார் எந்தை. அது நித்திய உறக்கம்!

இந்த உலகம் ஒரு தொடரோட்ட மைதானம். தாத்தாக்களும் பாட்டிகளும் எடுத்து வந்த ஜோதியை, அப்பாவும் அம்மாவும் வாங்கிக் கொள்கிறார்கள். அப்பாவும் அம்மாவும் வாங்கியதை, பிள்ளைகள் பெற்றுக் கொள்கிறார்கள்!

உடல் கனிந்து மீண்டும் குழந்தைப் பருவம் சென்ற தந்தையை, இதோ இந்த மகள் ஆற்றுப்படுத்துகிறாள்.

கோவிலிலிருந்து எழுந்து வெளியே வந்தால் அம்மன் இப்படிதான் இருப்பாள்.

குடும்பம் குறித்த மகத்துவங்களை இப்படி சொல்லிக்கொண்டே போகலாம். அதேவேளை இந்தக் குடும்ப அமைப்பின்மீது மெல்லிய விமர்சனங்களும் இருக்கின்றன.

தனிச்சொத்து தோன்றியபோது, குடும்பம் என்கிற அமைப்பும் உருவானது. தனக்குப்பிறகு தன் அசல் வாரிசு, தன் சொத்தை ஆளவேண்டும் எனும் தந்தையின் ஆசையால் தாய்வழிச் சமூகம் முடிவுக்கு வந்தது. இது குறித்து மார்க்ஸ், ஏங்கெல்ஸ், பெரியார் போன்றவர்கள் சிந்தித்தனர். மனிதர்களுக்கு மட்டுமா குடும்பம் இருக்கிறது? பறவைகளுக்கு விலங்குகளுக்கு குடும்பம் இல்லையா? குட்டி போட்ட எல்லா விலங்குகளும் பாலூட்டுகின்றதுதானே!

குஞ்சு பொறித்த எல்லா பறவைகளும் தம் பிள்ளைகளுக்கு உணவூட்ட மறப்பதில்லையே!

அங்கெல்லாம் அதிகாரம் நிலவுகிறதா? ஆனாலும் நம் குடும்ப அமைப்புக்குள் எப்படி அதிகாரம் வந்தது?

அப்பாவுக்கு இருக்கும் சுதந்திரம், குடும்பத்தில் அம்மாவுக்கு சற்று குறைவாக இருக்கிறதே! அக்காவைவிட அண்ணனுக்கு கூடுதலான சலுகைகள் கிடைக்கிறதே! இதனால்தான் ‘பெண் ஏன் அடிமையானாள்?. என்று கேட்டார் பெரியார்.

நம்முடைய குடும்பங்கள் மேலும் சனநாயகமடைய வேண்டும். சமீபத்தில் லீனா மணிமேகலையின் கவிதை ஒன்றை வாசித்தேன்.

அம்மாவின் புடவைகள் குறித்து பல செய்திகளைப் பகிர்ந்தபடி செல்கிறார் கவிஞர். எனக்கும் அம்மாவின் புடவைகள் குறித்து சொல்ல பல கதைகள் இருக்கிறது. ஒரு கட்டத்தில் பொசுக்கென்று உண்மையை உடைத்துவிடுகிறார் லீனா. அம்மாவுக்கு பிடித்த உடை புடவை இல்லை! என்று. பெரும்பாலும் எல்லா அம்மாக்களுக்கும்

இப்படி புடவை பிடித்திருக்காதுதான். ஆனால் அம்மாவுக்காக பிள்ளைகள், கணவர்கள், பார்த்து பார்த்து புடவை எடுத்தபடியே இருக்கிறார்கள்.

அம்மாக்களை நைட்டி அணிய வைத்திருக்கலாம். அம்மாக்களை சல்வார் கம்மீஸ் அணியவைத்திருக்கலாம். அடிவயிற்றின் பிரசவத் தழும்புகளைக் காட்ட விரும்பும் ஆண் மனமே, அம்மாவுக்கு புடவை பிடிக்கும் என பிடிவாதமாக நம்புகிறது.

அம்மாவுக்கு கோவிலுக்குப்போகப் பிடிக்கும். அம்மாவுக்கு டிவியில் சாலமன் பாப்பையா பட்டிமன்றம் பிடிக்கும். அம்மாவுக்கு அதிரசம் பிடிக்கும். அம்மாவுக்கு சுங்குடி சேலை பிடிக்கும். அம்மாவுக்கு 'பக்திப் பாடல்' பிடிக்கும். இப்படிதான் பிள்ளைகள் அம்மாக்களை நினைக்கிறார்கள்.

அம்மாக்கள் எப்போதாவது இவை பிடிக்குமென பிள்ளைகளிடம் சொன்னார்களா? எனக்கு இதுபோன்ற பிரம்மையை அம்மா வந்தாள் நாவலில் கலைத்திருந்தார் தி.ஜானகிராமன்.

ஒரு ஐம்பதுவயது அம்மா, டிவியில் 'வாத்தி கமிங்' ஓடியபோது, கிச்சனிலிருந்து ஓடிவந்து விஜய் ஆடுவதைப் பார்த்ததை நான் பார்த்திருக்கிறேன்.

தீபாவளி இரவுகளில், நமக்குதான் அதிரச மாவு வாசனை காற்றில் கலந்திருந்தது. அம்மாவின் சுவாசத்தில் கைவலிக்கு தடவிய அமிர்தாஞ்சனே கலந்திருந்தது.

அவள் அதிரசத்தை மறக்க விரும்புகிறாள். ஒருமுறை பர்கர் வாங்கி கொடுத்து பாருங்கள். தெரிந்து கொள்வீர்கள். அம்மாக்களின் கனவை.

இதே கருப்பொருளைக் கொண்ட ஒரு நாவலையும் சமீபத்தில் படித்தேன். இந்துசெல்லா என்பவர் எழுதிய 'இணை' என்கிற நாவல். இது வேதவல்லி, திலகவதி, கல்யாணி, சாரதா, சுசீத்ரா, பீனு என்கிற நான்கு தலைமுறை பெண்களின் கதைகளைச் சொல்கிற புதினம். இந்த நாவல் கணவனை இழந்து, ஐம்பது வயதுகளில் இருக்கும் பெண்களின் தனிமையை வெகுவாக விவாதிக்கிறது.

ஐம்பது வயதைக் கடந்துவிட்டார்களே. இனியென்ன? அம்மாவுக்கு ஒரு வேலைக்காரி போதும். ஒரு ஆண்ட்ராய்ட்

ஃபோன் போதும். ஸ்மார்ட் டிவி போதும். ஆன்மீக டூர், மெடிக்கல் இன்சூரன்ஸ் போதும். உழவாரம், தேவார, திருவாசக ஆடியோ தொகுப்புகள் போதும். ஸ்கைப்பில் நள்ளிரவு தோன்றி, 'அம்மா சாப்பிட்டீங்களா? என்ன சீரியல் பார்த்தீங்க? மைலோ (நாய்க்குட்டி) நல்லா இருக்கா?' இத்தியாதி விசாரிப்புகள் போதும்! என எண்ணுகிற நடுத்தரவர்க்க மனநிலை மீது கல்லெறிகிறது 'இணை' நாவல்.

கணவன் மனைவியை இணை என்கிறோம். இணைந்திருப்பது மட்டுமல்ல. இவ்வுறவில் ஒருவர் கூடவோ, ஒருவர் குறைவோ இல்லை. அதனால்தான் 'இணை' என்ற தலைப்பைத் தேர்ந்தெடுத்திருக்கிறார் இந்நாவல் ஆசிரியர். இத்தகைய குறைகளைக் களைந்து குடும்பம் என்கிற அமைப்பை, இன்னும் சனநாயகம் நிறைந்ததாக, பெண்ணுறவுகளுக்கு வசதியானதாக மாற்ற வேண்டும்.

வைரஸ் பரவும் இக்காலத்தில், 'தனிமைப்படுதல்' எத்தனை துயரமானது? என்பதை மனித சமூகம் புரிந்து கொண்டிருக்கிறது. இத்தோடு இணைந்து, பெண்களின் தனிமையை, குழந்தைகளின் ஆன்லைன் வகுப்பு பரிதாபங்களை நாம் புரிந்து கொள்ள வேண்டும். அவ்வண்ணம் புரிந்துகொண்டால், நம் வீடுகளில் எப்போதும் ஆனந்தம் விளையாடும்!

◘

12. எளிய சனங்களின் தமிழாசான்

முலைப் பால் தந்து உயிர் வளர்த்தாள் அன்னை. தமிழ்ப்பால் தந்து காதல் வளர்த்தவர் ஒருவருண்டு.

அவர் கண்ணதாசன். ஜூன் மாதத்துக்கு ஒரு சிறப்புண்டு.

அது ஒரு தமிழ்க் கவியை பெற்ற மாதம். அந்தக் கவிஞன் கண்ணதாசன். கம்பனையும் இளங்கோவையும் பார்த்து வியந்த எனக்கு, கவிதை எழுதிப்பார்க்கலாமே என்கிற நம்பிக்கையைத் தந்தவரென்னவோ கண்ணதாசன்தான்.

ஒரே ஒரு குறள் கூட தெரியாதவர்கள் எங்களூரில் வாழ்ந்தார்கள். ஆனால் அவர்களுக்கு 'மயக்கமா? கலக்கமா? மனதிலே வருத்தமா?' தெரியும். எங்களூர்க்காரரர்கள் பலருக்கும் கம்பன் யார்? சேக்கிழார் யார்? ஷெல்லி யார்? வேர்ட்ஸ்வெர்த் யார்? தெரியாது. அவர்களுக்கு கவிஞன் என்றால் அது கண்ணதாசன்தான்.

எட்டாவது படிக்காதவர். சிறுகூடல் பட்டியிலிருந்து எங்கள் மருங்கூர்காரரர்களின் மனங்களையும் எட்டிப்பிடித்தவர். லட்சியங்களோடு வாழ்ந்தவரில்லை. ஆசைகளோடு வாழ்ந்தவர். இலக்குகளைக் கொண்டவரில்லை. கனவுகளைக் கொண்டவர். எங்களுக்கு தமிழய்யா குறள் சொன்னபோது புரியவில்லை.

'மாதர் முகம்போல் ஒளிவிட வல்லையேல்
காதலை வாழி மதி'

இந்தக் குறளுக்குப் பொருளை மு.வ சொன்னபோது வேண்டா வெறுப்பாக மனப்பாடம் செய்தோம்.

'பெண்ணில்லாத ஊரில் பிறந்தாளைப்போல வந்த வெண்ணிலவே. என் கண்மணியின் முகம்போல கனிவான ஒளிவீச உன்னால் முடியுமா ?' இப்படி கவியரசர் பாடினார். இந்தப் பாடலே எங்களை மனப்பாடம் செய்தது.

'யான்நோக்கும் காலை நிலன்நோக்கும் நோக்காக்கால்
தான்நோக்கி மெல்ல நகும்'

வள்ளுவனைப் புரிந்துகொள்ள கோனார் நோட்ஸைப் பார்க்கவில்லை.

'உன்னை நான் பார்க்கும்போது மண்ணை நீ பார்க்கின்றாயே!
விண்ணை நான் பார்க்கும்போது என்னை நீ பார்க்கின்றாயே!'

மர்ஃபி ரேடியோ வழி கவியரசு வளர்ந்ததெம் தமிழ்.

'கைவண்ணம் அங்குக் கண்டேன்;
கால் வண்ணம் இங்கு கண்டேன்!'

தமிழய்யா கம்பராமாயணம் சொன்னபோது, வகுப்பில் அஞ்சலையை வேடிக்கை பார்த்தவர் நாங்கள்.

ஒலியும் ஒளியுமில்

'கண் வண்ணம் அங்கே கண்டேன்
கை வண்ணம் இங்கே கண்டேன்
பெண் வண்ணம் நோய் கொண்டுவாடுகிறேன்!'

கேட்டோம். பார்த்தோம்.

பத்தாம் வகுப்பில் 33 மதிப்பெண் எடுத்து ஃபெயிலாக வேண்டியவர்களை இரண்டு மார்க் கொடுத்து பாஸ் ஆக்கியவர் கண்ணதாசன்.

முதல்தாளில் மட்டுமில்லை. +2 இரண்டாம் தாளிலும் எங்களுக்கு கண்ணதாசனே கை கொடுத்தார். சிலேடை கேட்டிருந்தார்கள். 'என் வாழ்க்கை நதியில் கரையொன்று கண்டேன்

உன் நெஞ்சில் ஏனோ கறையொன்று கண்டேன்' என்று கவியரசை எழுதினோம். நாங்கள்தான் என்றில்லை. முரண் அணிக்கு பதில் தெரியவில்லை. அஞ்சலை பேப்பரை எட்டிப்பார்த்தோம்.

'கண்ணிழந்த மனிதர் முன்னே ஓவியம் வைத்தார்
இரு காதில்லாத மனிதர் முன்னே பாடலிசைத்தார்'

அவளும் கண்ணதாசனைத்தான் எழுதிக் கொண்டிருந்தாள்.

பேராசிரியர்கள் வஞ்சப்புகழ்ச்சி அணி நடத்தியபோது நாங்கள் தியேட்டரில் இருந்தோம். 'அம்புவிழி என்று ஏன் சொன்னான் அது பாய்வதினால்தானோ— அவன் அருஞ்சுவைப் பாலென்று ஏன் சொன்னான் அது கொதிப்பதினால்தானோ '

யு.ஜி.சி. யில் ஊதியம் ஏதும் வாங்காமல் எங்களுக்கு இலக்கியமும் இலக்கணமும் சொல்லித் தந்தார் கவியரசர்.

'மங்கை ஒருத்தி மலர்கொய்வாள் வாண்முகத்தைப் பங்கையம் என்று எண்ணிப் படிவண்டை. செங்கையால் காத்தாள் அக் கைமலரை'

எனும் புகழேந்திப்புலவரின் பழந்தமிழை,

'பொன் வண்டொன்று மலரென்று முகத்தோடு மோத நான் வளைகொண்ட கையாலே மெதுவாக மூட என் கருங்கூந்தல் கலைந்தோடி மேகங்கள் ஆக நான் பயந்தோடி வந்தேன் உன்னிடம் உண்மை கூற!' கண்ணதாசனின் திரைத் தமிழே சமகாலத்துக்கு கொண்டுவந்தது.

'கண்கள் இரண்டும் அவன் கழல் கண்டு களிப்பன ஆகாதே!' மாணிக்கவாசகரின் திருவாசகத் தமிழை, 'கண்கள் இரண்டும் என்று உம்மைக் கண்டு பேசுமோ!' தெருவாசகத் தமிழாக மாற்றியவர் கவிஞர்.

'நதியின் பிழையன்று நறும்புனல் இன்மை' கம்பனின் தமிழை எங்களில் அறிந்தவர் குறைவு. ஆனால்,

'நதிவெள்ளம் காய்ந்து விட்டால்
நதி செய்த குற்றமில்லை
விதி செய்த குற்றமின்றி
வேறு யாரம்மா!'

கண்ணதாசன் தமிழை அறியாதவர் இலர். கண்ணதாசன் கவிமனம் படைத்தவர். கள்ளம் கபடமற்றவர். ஒருவரைத் தூக்கி உச்சத்தில் வைத்து பாடுவார். சில நாட்களிலேயே அதே நபரை இகழ்ந்துரைக்கவும் தயங்கமாட்டார்.

காரணம், கண்ணதாசன் இயல்பு மாறவில்லை. அவரால் பாடப்பட்டவர் இயல்பு மாறிற்று.

அதையும் கவிஞர் வெளிப்படையாக எழுதுகிறார்.

'மானிடரைப் பாடி அவர்
மாறியதும் ஏசுவதென்
வாடிக்கையான பதிகம்
மலையளவு தூக்கி உடன்
வலிக்கும் வரை தாக்குவதில்
மனிதரில் நான் தெய்வமிருகம்!'

தன்னை தெய்வமாகவும் மிருகமாகவும் தரிசிக்கிறார் கவிஞர். இதுதான் கவி கண்டடையும் உள்ளொளி.

எதையும் மறைத்து வைத்துப் பழக்கமில்லாதவர். திறந்த மனம் கொண்டவர். மையச் சமூகத்தின் மதிப்பீடுகளுக்கு அஞ்சியவர் அல்லர் கவி. ஆகவேதான்,

'ஒரு கையில் மதுவும்
ஒரு கையில் மாதுவும்
சேர்ந்திருக்கின்ற வேளையிலே என் ஜீவன் பிரிய வேண்டும்!'

என்கிற உளக்கிடைக்கையை அவரால் எவ்வித தயக்கமும் இன்றி பாடமுடிகிறது.

அதேவேளை பக்குவம் வந்தபிறகு,

'முத்தமென்றும் மோகமென்றும் சத்தமிட்டு சத்தமிட்டு புத்தி கெட்டு போனதொரு காலம்!'

என்றும் பாடுகிறார்.

நாம் வாழும் காலத்தில், வாழ்ந்து மறைந்த நவீன சித்தன் கண்ணதாசன்.

சமீபத்தில் அவரது ஒரு பாடலைக் கேட்டேன். திருமண உறவில் வன்புணர்வு குறித்த ஒரு வழக்கு. டெல்லி உயர் நீதி மன்றத்தில் விசாரணைக்கு வந்தது. வெளிநாடுகளில், கணவனே ஆனாலும், மனைவியின் இசைவு இல்லாமல் உறவு கொள்வதை, வன்முறையாகப் பார்க்கிறார்கள்.

ஆனால், இந்து திருமண சட்டமோ, இது குறித்து பெரிதாக அலட்டிக் கொள்ளவில்லை. இந்தியாவின் கல்வியறிவு இல்லாத நிலை, திருமணத்தைப் புனிதமாக கருதும் மனநிலை, கற்பு போன்ற மதிப்பீடுகளில் உள்ள நம்பிக்கை, போன்றவற்றை சுட்டிக்காட்டி, திருமண உறவில் வன்புணர்வு என்பதை, குற்றமாக்கும் சட்டத்தை கொண்டு வருவது கடினம்! என்றார் அப்போதைய பெண்கள் மற்றும் குழந்தைகள் நல அமைச்சரான மேனகா காந்தி (2016).

2018 இல் நிலை மாறியது. கணவனுக்கு தேவைப்படும் போதெல்லாம், மனைவி உறவுக்கு இசைய வேண்டும் என்பது திருமணத்தின் அர்த்தம் ஆகாது! என்றது டெல்லி உயர்நீதி மன்றம். இந்த சிக்கலை சவாலே சமாளி திரைப் பாடலில் அழகாக கையாள்கிறார் கண்ணதாசன்.

காதலுறவுக்கு மனைவி ஒத்துக் கொள்ள மறுக்கிறார். பதற்றமாகிறான் நாயகன்.

அந்தக் காலத்தில் (1971) திருமண உறவில் வன்புணர்வு பற்றிய சிந்தனையெல்லாம் கிடையாது.

நாயகன் ஏழை. நாயகி பணக்காரர். ஆகவே 'தொடுதல். எனும் பாலுறவு உரிமைப் பிரச்சனையை, கண்ணதாசன் வர்க்கப் பிரச்சனையாக மாற்றுகிறார். இந்த பிரச்சனைக்கு திருநீலகண்டர் போன்ற நாயன்மார்களையெல்லாம் துணைக்கழைக்கிறார் கவியரசு.

மனைவியைத் தீண்ட முடியாமையைச் சாதித் தீண்டாமையோடு இணைக்கிறார்.

'புதியதல்லவே தீண்டாமை என்பது
புதுமையல்லவே அதை நீயும் சொன்னது
சொன்ன வார்த்தையும் இரவல்தானது
சொன்ன வார்த்தையும் இரவல்தானது'

திருநீலகண்டரின் மனைவி சொன்னது

'ஆலயம் செய்வோம் அங்கே அனுமதியில்லை
நீ அந்தக் கூட்டமே இதில் அதிசயமில்லை
நீ அந்தக் கூட்டமே இதில் அதிசயமில்லை'
படுக்கையறையில் நுழைய முடியாததை,

ஆலய நுழைவு மறுப்பு அரசியலோடு இணைக்கிறார்.

பாலின்பம் மறுக்கப்பட்ட ஒருவன் என்னென்ன அவஸ்தைகள் அடைவானோ அத்தனை அவஸ்தையையும் வெளிப்படுத்துகிறான் நாயகன். உதடு கோணுகிறது. கன்னம் துடிக்கிறது.

ஆனாலும் ஒரு இடத்தில், பாலுறவு என்பது, வல்லுறவாக அமையக்கூடாது. அது பெண் விரும்பி அழைப்பதாக அமைய வேண்டும் என்பதை நுணுக்கமாக கவிஞர் சித்தரிக்கத் தவறவில்லை.

இந்தியக் குடும்ப அமைப்பில் பெண் ஆணை உறவுக்கு அழைப்பது கடினம்.

ஆனால் இப்பாடலில் கவியரசு,

'தந்தை தன்னையே
தாய் தொடாவிடில்
நானும் இல்லையே
நீயும் இல்லையே !'

என்கிறார்.

இங்கு தந்தைதான் தொடுவார். கவிஞரோ தாய் தொடுவதாக பாடுகிறார். ஆரம்பத்தில் கவிஞர் ஆணாதிக்கத்தை ஆதரிக்கிறாரோ எனத் தோன்றும் எண்ணத்தை, இந்த ஒருவரியால் சமன் செய்துவிடுகிறார்.

ஒரே ஒரு பாடலில் இப்படி சிந்திக்கவும் தெளியவும் வைக்கிறார். அதனால்தான் கவியரசர் !

அவருக்கு 'கவிஞன்' எனும் தன் ஆளுமை குறித்து பெருமிதமும், தன்னம்பிக்கையும் இருந்தது.

'புவியில் நானோர் புகழுடைத் தெய்வம் பொன்னினும் விலைமிகு பொருளென் செல்வம்!' என்று அவரால் பாடவும் முடிந்தது அதனால்தான் !

கவித்துவம் அவரிடம் அமுதசுரபிபோல் இருந்தது. அதனால்தான் 5000 பாடல்கள், 6000 கவிதைகள், 232 நூல்கள் அவரால் எழுத முடிந்தது. கண்ணதாசன், ஏசுநாதர் போன்றோரெல்லாம் பிறக்கிறார்கள். சாவதில்லை!

◼

13. மீண்டும் நந்தன், மீண்டும் காரைக்காலம்மை

இயற்கையின் படைப்பில் உயிர்கள் அனைத்தும் சம மதிப்புடையவைகளே! இதில் ஆண் பால் பெண் பால் என்கிற பேதமில்லை. ஏற்றத்தாழ்வு இல்லை.

பிறகு எப்படி ஆண், பெண் பேதம் தோன்றியது? பாகுபாடு நிலவியது? வேட்டைச் சமூகத்தில் பெண்ணே குழுவின் தலைவியாக இருந்தாள். இதை தாய்வழிச் சமூகம் அல்லது ஆதிப் பொதுவுடமைச் சமூகம் என்று கூறுகிறோம்.

நிலவுடமைச் சமூகம் தொடங்கியபோது தாய்வழிச் சமூக அமைப்பு மெல்ல மறையத் தொடங்கியது. குடும்பம் தோன்றியது. ஆண் தன் அசல் வாரிசுக்கு சொத்து சேரவேண்டும் என விரும்பினான். சமூகத்தில் ஆணாதிக்க மதிப்பீடுகள் தோன்ற ஆரம்பித்தன.

அதுபோலவே இந்தியா/ தமிழ்நாட்டில் இனக்குழு சமூகங்கள் படிப்படியாக, சாதி சமூகங்களாக மாறியது.

இத்தகைய மாற்றங்கள், பண்பாட்டுத் தளங்களில் தாக்கத்தை ஏற்படுத்தியது. கோவில், மற்றும் கல்வி நிறுவனங்களில் ஒடுக்கப்பட்டவர்கள், மற்றும் பெண்களுக்கான வாய்ப்புகள் மறுக்கப்பட்டன.

இத்தகைய பின்னணியில், சமீபத்தில் அறநிலையத்துறை அமைச்சர் சேகர்பாபு அவர்கள் வெளியிட்டிருக்கும் இரண்டு அறிவிப்புகள் முக்கியத்துவம் பெறுகின்றன.

1. தமிழகத்தில் இன்னும் 100 நாட்களில் அனைத்து சாதியினரும் அர்ச்சகராக்கப்படுவார்கள்.

2. பெண்கள் விரும்பினால் அவர்களுக்கும் அர்ச்சகர் பயிற்சி வழங்கப்பட்டு, பெண் அர்ச்சகர்களும் கோவில்களில் பணியமர்த்தப்படுவார்கள்.

இந்த இரு அறிவுப்புகளுக்கு பின்னால் தமிழகத்தின் நீண்ட சமூக நீதி வரலாறு இருக்கிறது.

முன்பு குறிப்பிட்டபடி, பள்ளி, கோவில் போன்ற பண்பாட்டு நிறுவனங்களில் பெண்கள், ஒடுக்கப்பட்டோருக்கான வாய்ப்புகள் மறுக்கப்பட்டிருந்த, சமூக அநீதியைக்களைய, வட இந்தியாவில் ராஜாராம் மோகன்ராய், காந்தி, பூலே போன்ற பெரியோர்கள் போராடினார்கள். தெற்கே தமிழ்நாட்டில் பெரியார் போன்ற சமூக சீர்திருத்தவாதிகள் போராடினார்கள்.

அனைத்து சாதியைச் சேர்ந்தவர்களும் கோவில்களில் சென்று வழிபடும் உரிமைக்கான போராட்டத்துக்கு பெரியார் அழைப்பு விடுத்திருந்தார். அதுபோலவே கோவில்களில் அரச்சகர்களாகும் வாய்ப்பு அனைத்து சாதியினருக்கும் வழங்கப்பட வேண்டும் எனவும் பெரியார் கோரினார்.

இந்த கோரிக்கைகளுக்காக, 1970 ஆம் ஆண்டு, சனவரி 26 ஆம் நாள், போராட்டத்துக்கு அழைப்பு விடுத்தார் பெரியார். அப்போது தமிழக முதல்வராக இருந்த கருணாநிதி அவர்கள், 17.1.70 அன்று பெரியாருக்கு பதிலளிக்கும் வண்ணம் ஒரு அறிக்கையை வெளியிட்டார்.

'அர்ச்சகர்களுக்கென சில தகுதிகள் இருக்க வேண்டும். புனிதத் தன்மைகளை அவர்கள் கடைப்பிடித்தாக வேண்டும்.

அதற்குரியப் பயிற்சிகளை அவர்கள் பெற்றுக்கொள்ள வேண்டும். அதில் எனக்கு கருத்து வேறுபாடு இல்லை.

அப்படிப் பயிற்சி பெறுகிறவர்கள் எந்த வகுப்பினராயிருந்தாலும் அவர்கள் அதில் தேர்ச்சி பெற்று அர்ச்சகராக இருக்கவும், அதேசமயம் பரம்பரை அர்ச்சகர் வீட்டுப் பிள்ளைகள் அர்ச்சகராக விரும்பினால் அவர்களுக்கு முதல் சலுகை அளிப்பது பற்றியும் அரசு பரிசீலித்துக் கொண்டிருக்கிறது.

இந்த விதிமுறைகள் உருவாக்கப்பட்டு அதன்படி, அர்ச்சகப் பதவிகளைப் பிறப்பினால் கணக்கிடாமல் தகுதி ஒன்றினால் கணக்கிடப்படக்கூடிய நாள் வந்து விடுமானால், ஆண்டவனைத் தொழ ஆலயம் செல்லுவோர், சாதி வேறுபாடு இன்றி கர்ப்பக்கிரகம் வரையில் செல்லுவதற்குத் தடையில்லை என்பதும் கொள்கை ரீதியாக ஒப்புக் கொண்டதாகிவிடும்.

ஆகவே, இந்த நன்னிலை ஏற்பட ஆலயங்களில் ஆண்டவன் முன்னே சாதியின் பெயரால் மற்றவர்களுக்கு இழைக்கப்படும் இழிவான அநீதி அகன்றிட விதிமுறைகள் செய்திட அரசு முன் வருகின்றது என்ற உறுதிமொழியினை ஏற்று, பெரியார் அவர்கள் தான் திட்டமிட்டிருக்கிற கிளர்ச்சியினை நிறுத்தி வைக்குமாறு அன்புடன் கேட்டுக் கொள்கிறேன்' என்று அவ்வறிக்கையில் கூறியிருந்தார் கருணாநிதி.

'தமிழ்நாடு முதலமைச்சர் கலைஞர் மு.கருணாநிதி அவர்கள் கிளர்ச்சியின் தத்துவத்தை நல்ல வண்ணம் புரிந்து செயல்பட முனைந்துள்ள அவர்களுக்கு நன்றி தெரிவிப்பதுடன் 26.1.70 அன்று நடை பெற இருந்த கிளர்ச்சி ஒத்திவைக்கப்படுகிறது' என போராட்டத்தை திரும்பப் பெற்றார் பெரியார்.

இதைத் தொடர்ந்து இந்து அறநிலையத்துறை பாதுகாப்புச் சட்டத்திருத்தம் 1971 இல் தமிழ்நாடு அரசால் மேற்கொள்ளப்பட்டது. பரம்பரைப் பரம்பரையாக அர்ச்சகராக இருந்துவரும் சாதி வாரிசு முறை மாற வேண்டும்.

கோயில் வழிபாட்டு முறைகள், சடங்குகள் பழக்க வழக்கங்களில் பயிற்சிப் பெற்று சான்றிதழ் வாங்கியவர்கள் எந்த சாதியினராக இருந்தாலும் அர்ச்சகராகலாம்! என்பதே இச்சட்டத் திருத்தத்தின் நோக்கமாகும்.

இதை எதிர்த்து உச்சநீதிமன்றத்தில் 12 ரிட் மனுக்கள் தாக்கல் செய்யப்பட்டன. பல்கிவாலா, பராசரண் போன்ற பிரபலமான வழக்கறிஞர்கள் வாதாடினார்கள்.

நீதிபதி பாலேகர் இந்த வழக்கில் தமிழ்நாடு அரசின் சட்டம் செல்லும் என்று தீர்ப்பளித்தார்.

இருந்தபோதிலும் 'அனைத்து சாதியினரும் அர்ச்சகராகலாம்' சட்டத்தை நடைமுறைப் படுத்துவதில் பல இடையூறுகள்.

இந்த நிலையில்தான், தமிழ்நாடு அரசு 100 நாட்களில் அனைத்து சாதியினரையும் அர்ச்சகராக்குவோம். பெண்களுக்கும் அர்ச்சகருக்கான பயிற்சி அளிக்கப்பட்டு, அவர்களும் அர்ச்சகர்களாக்கப்படுவார்கள், என உறுதி அளித்துள்ளது.

'தேன்வந்து பாயுது காதினிலே' என்றானே பாரதி. அப்படி ஓர் இனிப்புச் செய்தி இது.

இந்திய வரலாற்றில் முதன் முறையாக, கேரளாவில் ஏழாம் வகுப்பு படிக்கும் ஒரு சிறுமி, கோவில் அர்ச்சகராகத் தேர்ந்தெடுக்கப்பட்டார்.

இரிஞ்ஞாலக்குடாவிலுள்ள தரனநெல்லூர் மடம் மற்றும் ஆலப்புழை மாவட்டத்தின் செங்கண்ணூரிலுள்ள தாழமோன் மடம் ஆகிய, இரண்டு, 'தந்திரி' பயிற்சிப் பள்ளிகள் கேரளாவில் புகழ்பெற்றவை.

இவற்றில் தரனநெல்லூர் மடத்தைச் சேர்ந்த பத்மநாபன் நம்பூதிரிபாடு என்பவரின் மகள் ஜ்யோத்ஸ்னா நம்பூதிரிபாடு என்ற சிறுமி தந்திரியானார்.

பெண்களை அர்ச்சகராக்குவதற்கு முன்னுதாரணமாக, தமிழகத்தில் ஏராளமான ஆன்மீக பெண் ஆளுமைகள் வாழ்ந்திருக்கிறார்கள்.

தமிழக பக்தி மரபில் இசைஞானியார், காரைக்கால் அம்மையார், மங்கையர்க்கரசியார் நாயனார், போன்ற பெண் நாயன்மார்கள் இருந்திருக்கிறார்கள்.

திருவாரூரில் வாழ்ந்த ஞான சிவாச்சாரியாருக்கு மகளாகப் பிறந்தவர் இசைஞானியார். சிவபெருமானின் மீது பக்தி கொண்டவர். திருமணப் பருவத்தினை அடைந்தபோது, சடையநாயனார் என்பவரை மணந்தார். இவர்களது மகனே சுந்தரமூர்த்தி நாயனார் ஆவார்.

மூன்று பெண் நாயன்மார்களில் முக்கியமானவர் காரைக்காலம்மையார். சிவபெருமானை தரிசிக்க கயிலாயம் சென்றார். அது சிவன் உறையும் புனித இடமென்பதால் கால்களால் அல்லாமல் கைகளால் நடந்து சென்றார் என்பது புராணிக நம்பிக்கை. இவரது செய்கையால் நெகிழ்ந்த உமை சிவனிடம், 'இவர் யார்?' எனக் கேட்டார். அவரிடம் 'நம்மைப்

பேணும் அம்மைகாண்' என காரைக்காலம்மையாரை பெருமைப்படுத்தினார் சிவன்.

அற்புதத் திருவந்தாதி, திருவாலங்காட்டு மூத்த திருப்பதிகம், திரு இரட்டை மணிமாலை போன்ற நூல்களைத் தந்த சைவத்தமிழ் மூதாட்டி காரைக்காலம்மையார். அம்மையாரின் பாடல்களே மூத்த திருப்பதிகமாக சிறப்பிக்கப்படுகிறது.

மங்கையற்கரசி சோழ இளவரசி. நின்றசீர்நெடுமாறன் என்ற பாண்டிய மன்னனை மணந்தவர். பாண்டிய நாடு முழுவதும் சமண சமயம் பரவியிருந்த போது, சைவம் தழைக்க காரணமானவர்.

மங்கையர்க்கரசி நாயனாரை 'வரிவளையாள் மானிக்கும் நேசனுக்கும் அடியேன்' என திருத்தொண்டத் தொகையில் பெருமை செய்தார் சுந்தரமூர்த்தி நாயனார்.

நாயன்மார்களைப்போல ஆழ்வார்களிலும் ஒரு பெண் இருந்தார்.ஏழாம் நூற்றாண்டில் வாழ்ந்த ஆழ்வார்களுள் பெண் ஆழ்வார் இவர். திருப்பாவை, நாச்சியார் திருமொழி என்னும் இரண்டு பாடற் தொகுதிகளை ஆண்டாள் இயற்றியுள்ளார். இறைவன் மீது இவர் கொண்டிருந்த காதலை வெளிப்படுத்தும் பாடல்கள் இவை.

'எற்றைக்கும் ஏழேழ் பிறவிக்கும் உன்தன்னோடு உற்றோமே யாவோம் உனக்கேநாம் ஆட்செய்வோம்' எனப்பாடி திருமாலுக்கு தன் வாழ்வை அர்ப்பணித்தவர் ஆண்டாள்.

முற்போக்கான மாற்றங்களை அறநிலையத் துறை கொண்டு வரும்போதெல்லாம். ஆகமவிதி என்கிற பெயரில் பழமைவாதிகள் தடைபோடுவது வாடிக்கை.

வேதம் வேறு. ஆகமம் வேறு. வேதகாலத்துக்கு முற்பட்டவை ஆகமங்கள். ஆகம சடங்கு சம்பிரதாயங்களை இன்று யாரும் முழுவதுமாக பின்பற்ற முடியாது என்பதுவே யதார்த்தம்.

பெண் அர்ச்சகர்கள் குறித்த முக்கியமான வழக்குகளுள் ஒன்று 'சுந்தரம்பாள் Vs யோகவனக் குருக்கள்' வழக்கு.

இந்த வழக்கின் தீர்ப்பில், பெண்களை ஏன் அர்ச்சகராக்க முடியாது? என்பதற்கு நீதியரசர் சுட்டிக்காட்டிய வேதகால வழக்கு வேடிக்கையானது.

சோமபானத்தை ஆண்களுடன் பகிர்ந்து குடிக்க முடியாத அளவுக்கு, பெண்ணின் உடம்பில் நரம்பு மண்டல அமைப்புப் பூஞ்சையாக இருக்கின்ற காரணத்தால் வேத காலத்தில் பெண்களுக்குத் தகுதியின்மையை விதித்ததாம் வேதம். இது இப்போது பொருந்துமா? சோமபானம் இப்போது கிடைக்கிறதா?

ஆணுக்கு இணையாக பெண்ணால் மது அருந்த முடியாது! என்பதெல்லாம் விதியாக முடியுமா?

மாறிய காலத்திற்கேற்ப நியதிகளும் மாறியாக வேண்டும். அதிகம் பெண்கள் புழங்கும் கோவில் வளாகத்தில், பெண் அர்ச்சகர்கள் நியமிக்கப்பட்டால் அது பெண்களுக்கு வசதியாகவும் பாதுகாப்பாகவுமே இருக்கும்.

அனைத்து சாதியனரும் அர்ச்சகராவது, பெண்கள் அரச்சகராவது போன்றவை பெரியார், அண்ணா போன்ற தலைவர்கள் கண்ட தமிழ்க் கனவு. அதை நிறைவேற்ற தமிழ்நாடு அரசு முனைப்பு காட்டுகிறது. அதை ஆதரிப்பதே முற்போக்கான செயலாக இருக்கும்.

தமிழகத்தில் நந்தன்களும் காரைக்காலம்மைகளும் ஆண்டாள்களும் மீண்டும் உயிர்த்தெழட்டும். பரந்த மனம் படைத்தோர் நிரம்பிய ஆன்மீக மண்ணாக தமிழ்நாடு திகழட்டும்.

◼

14. கைத்தறி உயர்வு செய்

கடந்த ஆகஸ்ட். கைத்தறி தினம். விருத்தாசலம். ஜெயங்கொண்டம் சாலையில், எங்கள் பக்கத்தில் கல்லாத்தூர்என்கிற கிராமம் இருக்கிறது. சேலை நெய்யும் நெசவாளர்கள் நிறைந்த ஊர் அது.

அங்கு எனது துணைவி தமிழுக்கு சில கைத்தறி சேலைகள் எடுத்துவர எண்ணியிருந்தோம்.

'நாளொன்று போவதற்கு நான்பட்ட பாடனைத்தும் தாளம் படுமோ? தறுபடுமோ? யார் படுவார்?' என்பான் பாரதி.

வாழ்வு நம்மை தினந்தோறும் பந்தாடுகிறது. திட்டமிட்டபடி போக முடியவில்லை. ஆனாலும் கைத்தறி சேலை எடுக்கும் உறுதியிலிருந்து மனம் நழுவவில்லை.

பாரதி 'தறிபடுமோ' என்பதை

வள்ளலார் 'பஞ்சுதான் படுமோ' என்கிறார்.

ஏழைகள் ஒரு நாளை நகர்த்த எத்தனை பாடுகளை படவேண்டியிருக்கிறது!

அப்படிதான் சேலையாகவோ வேட்டியாகவோ மாறவும், மாறியபின்னும், பஞ்சு பல இன்னல்களைச் சந்திக்கிறது.

பருத்தியை வாங்குதல், அதை பன்னுதல், வேண்டாதவற்றை நீக்குதல், சுருட்டுதல், நூலாக்குதல், பாவோட்டுதல், நெய்தல், மடித்தல், விற்கப்படுதல், உடுத்துதல், தோய்த்தல், உலர்த்துதல், கிழிதல் எனப் பஞ்சு 12 நிலைகளை அடைகிறது. இதைதான் பெரியதிருமொழி 'பருத்திபட்ட பன்னிரண்டும்' எனக் கூறுகிறது.

பஞ்சாவது பரவாயில்லை. கைத்தறி நெசவாளிகளின் கண்ணீரை எண்ண முடியாது. உடுத்துவதில் ஒரு தேசத்தின் பண்பாடும் அரசியலும் இருக்கிறது.

மனதின் குரல் நிகழ்ச்சியில் பிரதமர் மோடி, கைத்தறி நெசவாளர்கள் குறித்து பேசும்போது, vocal for the local எனக் குறிப்பிட்டார். கைத்தறி உடைகள் வாங்குவதை தேச சேவை. எளிய நெசவாளர்களுக்கு செய்யும் உதவி எனக் கூறினார்.

மோடி பிறந்த குஜராத்தில் அவருக்கு முன் தோன்றியவர் காந்தி. வெளிநாட்டில் பாரிஸ்டர் பட்டம் பெற்றவர். இளம் வயதில் கோட் சூட் அணிந்தவர். அவரது உடுத்தும் விதம் படிப்படியாக மாறியதில் இந்தியாவின் வரலாறும் போராட்டமும் பண்பாடும் கலந்திருக்கிறது.

அது 1917 ஆம் ஆண்டு. மோதிஹாரி ரயில் நிலையத்தில் காந்தியைப் பார்க்க ஏழை விவசாயிகள் பலர் வந்திருந்தனர். அவர்கள் அனைவரும் ஆங்கில ஆட்சியர் நீலின் பண்ணையில் வேலை செய்பவர்கள். உடுத்த அவர்களிடம் நல்ல உடைகள் இல்லை. அப்போதுதான் முதன்முதலாக காந்தியிடம் எளிய உடை குறித்த சிந்தனை தோன்றியது.

ஆங்கிலேயர் நீல் தன் பண்ணையில் வேலை செய்யும் ஒடுக்கப்பட்ட பெண்கள் காலணி அணிவதை அனுமதிக்கவில்லை. அதையறிந்த காந்தி தானும் செருப்பு அணிவதை நிறுத்தினார். விவசாய வேலை செய்யும் அப்பெண்களிடம் கஸ்தூரிபாய், தூய்மையான உடையணிய வேண்டியதன் அவசியத்தை அறிவுறுத்தினார். மாற்று உடை இல்லாதவர்களிடம் கூறப்படும், இந்த அறிவுறை எத்தகைய அபத்தமானது! என்பதை உணர்ந்தார் காந்தி.

1918, தொழிற்சாலையில் பணியாற்றும் தொழிலாளர்களின் உடையைக் கவனித்தார் காந்தி. தான் உபயோகப்படுத்தும் குல்லாவில் இருக்கும் துணியைக் கொண்டு, ஓர் ஏழை உடுத்த முடியுமே! எனச் சிந்தித்தார். அன்றிலிருந்து குல்லா அணிவதைத் தவிர்த்தார்.

1920, ஆகஸ்ட் 31. பருத்தி விவசாயிகளின் சத்தியாகிரகப் போராட்டத்தில் காந்தி கலந்து கொண்டார். அன்று முதல் தன் வாழ்நாளின் இறுதிவரை தானே நூற்று, கதர் உடுத்த உறுதி மேற்கொண்டார் தேசபிதா.

கரிகாலன் | 71

செப்டம்பர் 20, 1921 அன்று காந்தி மதுரை வந்திருந்தார். மேலமாசி வீதியில் ,மேலே உடுத்திக் கொள்ள ஆடையில்லாமல் அரைநிர்வாணமாக நின்ற ஏழைத் தமிழர்களைப் பார்த்தார். அப்போது அவர் 10 முழுத்தில் வேட்டியணிந்திருந்தார். முழுக்கை சட்டை அணிந்திருந்தார். அங்கவஸ்திரம் போட்டிருந்தார்.

தன் தேச மக்களுக்கு முழு உடை இல்லாதபோது தான் இப்படி பகட்டாக இருக்கிறோமே! எனக் கூச்சப்பட்டார்.

தனது மேலாடையை, அங்கவஸ்த்திரத்தை களைந்து வீசினார். வேட்டியைப் பாதியாகக் கிழித்து இடையில் உடுத்தினார்.

அந்த காந்தி மகான், வட்ட மேசை மாநாட்டுக்கு லண்டன் சென்றார். வெள்ளைக்காரன் சிரித்தான். ‘அரைநிர்வாணப் பக்கிரி’ என இகழ்ந்தான்.

இங்கிலாந்து பாராளுமன்ற உறுப்பினர்கள், ‘காந்தி தேசத்தை அடிமையாக வைத்திருப்பது அவ்வளவு கடினமா? என்று‘ கேட்டார்கள். காந்தி தேசம் துப்பாக்கியை காட்டினால் நாம் பீரங்கியை காட்டலாம். அவர்கள் அஹிம்சையை ஏந்தியிருக்கிறார்கள். இவ்வுலகில் அன்பைவிட பெரிய ஆயுதம் இதுவரை கண்டுபிடிக்கப்படவில்லை. பதிலளித்தார் வின்ஸ்டன் சர்ச்சில்.

காந்தி மதுரையில் அரையாடைக்கு மாறி நூறாண்டாகிவிட்டது. அந்நிகழ்வு அவரது அக உலகில் பெரும் மாற்றத்தை உருவாக்கியது. அந்த மாற்றம் நம் தமிழகத்திலிருந்து தொடங்கியது என்பதை எண்ணி நாம் பெருமையடையலாம். ‘உண்பது நாழி. உடுப்பவை இரண்டே’ எனும் சிந்தனை சங்ககாலம் தொட்டே தமிழரிடம் இருந்ததை வெளிப்படுத்தியவர் மதுரை கணக்காயனார் மகனார் நக்கீரன்.

அதே மதுரையில் ஆடை குறித்த புதிய ஒளியை அடைந்தார் காந்தி. அவரது ஒரு நூற்றாண்டு உடையை துவைத்து, தமிழர் மீண்டும் உடுத்துவோம். கதரை உயர்வு செய்வோம்!

◘

15. பக்தி இலக்கியங்கள்

எனக்கு மதம் பிடித்ததில்லை. ஆனால் கடவுள் என்கிற மனிதர்களின் பிரம்மாண்ட விழைவு பிடிக்கும். தன் அகந்தையை அழித்துக் கொள்ளவும், தன்னைவிட ஒரு பிரம்மாண்டத்தின் முன் சரணடைவதிலும் ஆர்வம் கொண்டவனாக மனிதன் திகழ்கிறான்.

வழக்கம்போல், அய்யர் பவனில் காஃபி குடித்துவிட்டு வெளியே வந்தேன். தெப்பத்திருவிழா முடிந்து பக்கத்து கிராமங்களில் இருந்து வந்தவர்கள், குடும்பம் குடும்பமாக நகரிலிருந்து வெளியேறிக் கொண்டிருந்தார்கள்.

பெண்களின் கைகளில் இருப்பு சாமான்கள், குழந்தைகளின் கைகளில் வண்ண பலூன்கள்.

திருவிழா வேறு. கடவுள் நம்பிக்கை வேறு. இரவு தெப்பத் திருவிழா. நடைமுறை வாழ்வின் சலிப்பிலிருந்து விலக மனிதர்களுக்கு இந்தக் கேளிக்கைகள் தேவைப்படுகின்றன. பனிமூட்டத்திலிருந்து வெளியே வரும் மனிதர்களை வழக்கம்போல பார்த்துக் கொண்டே இருந்தேன்.

எனக்கும் பழமலைநாதர் ஆலயத்துக்கு (திருமுதுகுன்றம்) சென்றுவந்தால் தேவலை! எனத் தோன்றியது.

பத்தாம் வகுப்பு படிக்கும்போது ஐந்து மதிப்பெண்களுக்காக மாணிக்கவாசகரை மனப்பாடம் செய்திருந்தேன்.

'வானாகி மண்ணாகி வளியாகி ஒளியாகி
ஊனாகி உயிராகி உண்மையுமாய் இன்மையுமாய்
கோனாகி யானெனதென் றவரவரைக் கூத்தாட்டு

வானாகி நின்றாயை என்சொல்லி வாழ்த்துவனே'

திருவாசகத்தை முணுமுணுத்தபடி என் பைக் பனியில் நனைந்து கொண்டிருந்தது.

'வானாகி நின்றாயை என்சொல்லி வாழ்த்துவனே' எனத் தமிழறிந்த ஆசான் மாணிக்கவாசகன் இறைவனைப் புகழ முடியாமல் திக்குமுக்காடுகிறான்.

இந்த இறைப் பார்வையில் எவ்விடத்தும் குறை கண்டுபிடிக்க முடியவில்லை. எல்லா மொழிகளிலும் பக்தி இலக்கியங்கள் இருக்கவே செய்கின்றன. பிலிப் லார்கின் (Church Going), டி.எஸ் எலியட் (Ash—Wednesday) கிறிஸ்டியனா ரொசெட்டி

(Good Friday), ஹென்றி வேகன் (They Are All Gone into the World of Light) போன்றோர் ஆங்கிலத்தில் எழுதியிருக்கின்றனர்.

குர்ரான், பைபிள் அனைத்தும் பக்தி இலக்கியங்களே. ஈப்ரு மொழியின் மிகப்பெரிய பக்தி இலக்கியம்தான் பைபிள். Northrop Frye என்பவர், 'The Bible as Literature' எனும் நூல் எழுதியிருக்கிறார்.

மதம் மன எழுச்சி, மற்றும் உணர்வு தொடர்புடையது. இதில் மதிப்பச்சம், வியப்பு, அச்சம் என நிறைய உணர்நிலைகள் அடங்கியிருக்கின்றன.

பொதுவுடமை இயக்கங்கள், திராவிட இயக்கங்கள் அளவு மக்களின் பக்தி மனநிலையை காட்டமாக கருதவில்லை. பொதுவுடமை சமூகம் மலரும்போது பக்தி குறித்த முற்போக்கான மனநிலை ஏற்பட்டுவிடும் என அது கருதியது. பக்தி இலக்கியங்களை அது புறந்தள்ளவில்லை.

'மனித இனத்தினால் தோற்றுவிக்கப்பட்ட அனைத்து இலக்கியங்களின் மூலம் அறிவை வளர்த்துக் கொள்பவனே கம்யூனிஸ்ட் ஆக முடியும்!' என்றார் லெனின்.

பக்தி' என்பது சமற்கிருதம். 'பஜ்' எனும் சொல்லிலிருந்து உருவானது. 'பிரி, வழங்கு, பகிர்ந்துகொள், சேர்ந்து பெற்றுக்கொள், அனுபவி' போன்ற அர்த்தங்களை உடையது.

சமணம், பௌத்தம், அசீவகம், சைவம், வைணவம், கிறித்துவம் என எல்லா மதங்களும் மெய்மையைத் தேடும் மிகச் செழித்த ஊடமாகத் தமிழ் மொழி திகழ்ந்தது.

சமணம் பௌத்தம் போன்றவை வணிக சமூகத்தின் வளர்ச்சியில் தோன்றியது. சைவமும் வைணவும் நிலவுடமைச் சமூகத்தில் தோன்றியவை.

சமணம் பௌத்தம் விதி, துறவு பற்றி பேசுகின்றன. சைவம், வைணவம் போன்றவை இல்லறத்தோடு கலந்து பக்தியைப் பேசுகின்றன.

'மண்ணில் நல்ல வண்ணம் வாழலாம் !' என்ற தேவாரப் பாடலில் இருந்து இதை நாம் அறியலாம். சைவ, வைணவ பக்தி இலக்கியங்கியங்கள் உச்சத்தில் இருந்த காலம் கி.பி 500. கி.பி 900.

சங்க இலக்கிய அகமரபுகளைக் கொண்டே பக்தி இலக்கியங்கள் இங்கு வளர்ந்தன. ஆண்டாள், ஆழ்வார்கள் கடவுளிடம் காதலால் கசிந்துருகினார்கள். சங்க இலக்கிய பரிபாடல் பெரும்பாலானவை வழிபாட்டு முறைகளை உள்ளடக்கிய பாடல்களே !

சுந்தரமூர்த்தி நாயனார் இறைவனை 'பித்தா' என்கிறார். இந்த நெருக்கத்தை பிற மொழிகளில் காண்பதறிது. பழமலைநாதர் ஆலயத்தில் நுழைந்தேன். முகப்பில் 'திருடர்கள் ஜாக்கிரதை' என்கிற அறிவிப்பை காவல்துறை வைத்திருந்தது.

நெஞ்சைத் திருடிய நாயன்மார்களிடம் போய் நின்றேன். இங்கே எத்தனையோ முறை உழவாரம் செய்தபடி வயதான பெண்கள் திருவாசகம் முற்றோதல் செய்வதை கண்கள் பனிக்க, மேனி விதிர்விதிர்க்க கேட்டிருக்கிறேன்.

இதோ நாயன்மார்கள் வரிசையில் இசைஞானியார், காரைக்காலம்மையார், மங்கையற்கரிசியார் நிற்கிறார்கள். சுந்தரமூர்த்தி என்கிற என் மூத்த தமிழ்த் தமையனை பெற்ற தாய். அன்னைத் தமிழெனவும் தாய்த் தமிழெனவும் சொல்வதற்கு காரணமான தாய்களிவர்கள்.

தமிழுக்கு அந்தாதி அளித்தவர் காரைக்கால் அம்மையார். சேக்கிழார் பெருமான் இவரைப் பாடும்போது 'இறவாத இன்ப அன்பு வேண்டிப்பின் வேண்டு கின்றார் பிறவாமை வேண்டும் மீண்டும். என்கிறார்.

'சாகாத அன்பு கொண்டவர் காரைக்கால் அம்மையார்' ஆகையால்தான் சிவபெருமான் கயிலாயத்தில் உமையிடம் 'வரும் இவள் நம்மைப் பேணும் அம்மைகாண் !' என்றான்.

கரிகாலன் | 75

காரைக்கால் அம்மையார் இறையை தூற்றுமறைத் துதியில் (நிந்தா ஸ்துதி) பாடியவர். இறையை தூரத்தில் வைத்துப் பார்த்திருந்தால் இவற்றைப் பாடியிருக்க வாய்ப்பில்லை. நெஞ்சோடு வைத்து நினைத்ததால் எழுந்த பதிகங்கள் காரைக்காலம்மையுடையவை.

குளிர்ந்த பனி பொழியும் காலை. தென் கோட்டை வாயில் பக்கத்திலிருந்து ஒரு பாடல் ஒலிக்கிறது. 'மாசில் வீணையும் மாலை மதியமும் வீசுதென்றலும் வீங்கிள வேனிலும்' நாவுக்கரசரின் தமிழ்.

தமிழ் இலக்கியத்தில் பக்தி இலக்கியத்தை கழித்தால் நீண்ட வெறுமையே மிஞ்சும் திருக்குறளுக்கு உரையெழுதிய போப் பரிமேலழகர் போன்றோரிடமிருந்து மாறுபட்டு உரையெழுதுகிறார். கிறித்துவத்தில் ஊழ் இல்லை. இதுபோன்ற இடங்களில் கிறித்துவத்துக்கு ஒட்டிய வகையில் போப் உரை எழுதுகிறார். கலைஞர் எழுமை என திருக்குறளில் வரும்போதெல்லாம் ஏழு பிறப்பு என்று கூறாமல், காலமெல்லாம், ஏழுதலைமுறை என்றெல்லாம் விளக்கம் கூறுகிறார்.

நான் நாத்திகமனம் படைத்தவன். அதேவேளை பக்தி இலக்கியங்களிலும் ஈடுபாடு உடையவன். நவீன தமிழ் வாசிப்பு என்பது பக்தி இலக்கியங்களை படிக்காமல் முழுமை அடையாது!

◘

16. இரண்டு தமிழ்ச் சான்றோர்கள்

குயில் கூவுகிறது. காகம் கரைகிறது. மயில் அகவுகிறது. கிளி பேசுகிறது. அவை வெறும் குரல்கள்! என்கிற அளவில் நின்றுவிடுகின்றன. எது உயர்ந்தது? எது தாழ்ந்தது? என்கிற பிரச்சனையில்லை. ஆனால் மனிதனுடைய சத்தம் மொழியாகப் பரிணமித்தது.

ஆதிப் பொதுவுடமைச் சமூகத்திலிருந்த இந்தக் கூச்சல் வளர்ந்து மொழியானது. மொழியே பண்பாடு ஆனது. வரலாறு ஆனது. அதிகாரம் ஆனது. ஒரு மொழியை அழித்தால், ஓர் இனக்குழுவின் வரலாற்றை அழித்துவிடலாம். பண்பாட்டை அழித்துவிடலாம். அதிகாரத்தை அழித்துவிடலாம். இன்று உலகமெங்கும் தமிழர்கள் பெருமிதமாக வாழ்கிறார்களென்றால் அதற்கு அவர்களது தாய்மொழியாம் தமிழ்மொழியின் வளமும் வளர்ச்சியுமே காரணம்.

உலகில் மிகவும் பழமையான மொழிகள் என லத்தீன், கிரேக்கம், எபிரேயம், சீனம், சமஸ்கிருதம், தமிழ் ஆகிய ஆறு மொழிகளைக் குறிப்பிடுவார்கள். லத்தீன், கிரேக்கம், எபிரேயம் போன்ற மொழிகள் இன்று புழக்கத்தில் இல்லை. சமஸ்கிருதம் எழுத்து மொழி என்கிற நிலையிலேயில் தேங்கிவிடுகிறது. எஞ்சியிருப்பவை தமிழும் சீனமும்தான்.

தமிழ் இலக்கிய மரபு சங்க இலக்கியத்திலிருந்து (கிமு 500. கிபி 300) தொடங்குகிறது. பின்னுமது நீதி இலக்கியம், பக்தி இலக்கியம், காப்பிய இலக்கியம், உரைநடை இலக்கியம் என வளர்ந்தபடி இருக்கிறது.

இந்தி இலக்கியத்தை காலவரிசைப்படி அணுகினால் வீர்காதா கால், பக்தி கால், ரீதி கால், ஆதுனிக் கால் என்று பகுக்கலாம்.

இதில் பழமையான இலக்கியமான வீர்காதாவே கிபி 950 இல்தான் தொடங்குகிறது.

செம்மொழித் தமிழாய்வு நடுவண் நிறுவனத்தின் தரவுகள் அடிப்படையில் பார்த்தால் நம் பாட்டன் தொல்காப்பியன் பிறந்தது கி.மு. 711. அதனால்தான் 'கல்தோன்றி மண்தோன்றா காலத்தே!' என பெருமை பாடுகிறான் தமிழ்க்கவி!

வட இந்தியாவின் மூத்த மொழி பிராகிருதம். அதைக்கூட வட தமிழ் என்றே கூறினார்கள். திராவிட மொழிகளுக்கு மட்டுமில்லை. இந்திய மொழிகளுக்கே தமிழ்தான் தாய்.

பல்வேறு பண்பாட்டு படையெடுப்புகளுக்கிடையே தமிழின் பெருமைகள், வளங்கள், அழிந்துவிடாமல் பாதுகாத்த அரிய பணியை தமிழ் பேராசான்கள் பலர் செய்திருக்கிறார்கள். அவர்களில் முக்கியமான இருவரை நினைவு கூறும் மாதமாக பிப்ரவரி மாதம் திகழ்கிறது. ஒருவர் தமிழ் தாத்தா என தமிழர்களால் வாஞ்சையோடு அழைக்கப்படுகிற உ.வே.சாமிநாதையர். 1895, பிப்ரவரி 19 இல் பிறந்தவர். மற்றொருவர் தமிழறிஞர் தேவநேயப் பாவாணர். 1902, பிப்ரவரி. இல் பிறந்தவர். இவர்கள் இருவருமே தமிழாசிரியர்கள்.

1937 ஆம் ஆண்டு சென்னையில் ராஜாஜி, கல்கி ஆகியோர் முயற்சியில் தமிழ் மாநாடு நடைபெற்றது. மாநாட்டில் வரவேற்புரையாற்றினார் உ.வே.சா. அவரது பேச்சைக் கூர்ந்து கவனித்தார் மாநாட்டின் சிறப்பு விருந்தினர் மகாத்மா காந்தி.

பிறகு அவர் உரையாற்றும்போது, 'தங்கள் திருவடியின் கீழ் அமர்ந்து தமிழ் கற்க வேண்டும் என்கிற ஆசை என்னுள் பீறிட்டு எழுகிறது!' என உ.வே.சா வை உச்சிமுகர்கிறார்.

இந்த மாநாட்டில்தான் உ.வே.சா அவர்களுக்கு தமிழ் தாத்தா பட்டத்தை வழங்கினார் கல்கி.

உவேசா அவர்களுக்கு பிரசிடென்சிகல்லூரியில் ஒரு பாராட்டு விழா. அவ்விழாவில் கலந்து கொண்ட கவிஞரொருவர்,

'அன்னியர்கள் தமிழ்ச்செல்வி யறியாதார் இன்றெம்மை

ஆள்வோ ரேனும் பன்னிய சீர் மகாமகோ பாத்தியாயப் பதவி பரிவுடன் ஈந்து பொன்னிலவு குடந்தை நகர்ச் சாமிதா தன்றனக்குப் புகழ் செய்வாரேல்,

முன்னிவனப் பாண்டியர் நாள் இருந்திருப்பின் இவன் பெருமை மொழியலாமோ?'

எனப் பாடினார். அந்தக் கவிஞர் மகாகவி பாரதி.

இவர்களெல்லாம் புகழ அப்படி பெரிதாய் என்ன செய்தார் உ.வே.சா? விவரம் அறியாதவர்கள் கேட்கலாம்.

'இதோ பாருங்கள், கி.மு காலத்திலேயே எம் தமிழர் பத்துப்பாட்டு, எட்டுத்தொகை, பதினெண் கீழ்க்கணக்கு என அள்ள அள்ளக் குறையாத செல்வங்களை சேர்த்து வைத்திருக்கிறார்கள்!' இன்று உலகத்தின் முன்னே பெருமையாகக் காட்டுகிறோமே! இவற்றில் பாதிக்கும் மேற்பட்ட நூல்களைப் பதிப்பித்தவர் உ.வே.சா.

சீவகசிந்தாமணி, மணிமேகலை, சிலப்பதிகாரம், புறநானூறு, திருமுருகாற்றுப்படை, பத்துப்பாட்டு, பொருநறாற்றுப்படை, சிறுபாணாற்றுப்படை, பெரும்பாணாற்றுப்படை, முல்லைப்பாட்டு, மதுரைக்காஞ்சி, நெடுநெல்வாடை, குறிஞ்சிப்பாட்டு, பட்டினப்பாலை, மலைபடுகடாம், போன்றவை இவர் பதிப்பித்த நூல்களுள் முக்கியமானவை.

எங்கெங்கோ ஓலைச்சுவடிகளில் சிதறிக்கிடந்த தமிழ் இலக்கியங்கங்களை, தீ தின்றுவிடாமல், வெள்ளம் குடித்துவிடாமல் பாதுகாத்து, பதிப்பித்த இவர் தமிழ்த் தொண்டை தமிழர்கள் எளிதில் மறந்துவிட முடியாது.

ஓலைச்சுவடிகளில் மெய் எழுத்துக்களில் புள்ளி வைக்க முடியாது. எழுத்துகளில் கொம்பு, கால் வாங்குதல் போன்றவற்றைப் பயன்படுத்துவதிலும் சிரமம். இத்தகைய சிரமங்களூடாகப் பல சுவடிகளை ஒப்பிட்டு, பாடபேதங்களை நீக்கி, ஒவ்வொரு நூலாகப் பதிப்பித்தார் உ.வே.சா.

பெரிய அளவு வசதியானவர் அல்லர். தமிழின் இலக்கியச் செல்வங்கள் அழிந்துவிடக் கூடாது என்கிற முனைப்பு. தமிழ்நாடெங்கும் பயணித்து இலக்கியச் சுவடிகளை சேகரித்தார்.

தமிழை, தெய்வத் தமிழ், செந்தமிழ், முத்தமிழ், கன்னித் தமிழ், பழந்தமிழ், ஞானத் தமிழ், திருநெறிய தமிழ், அமுதத் தமிழ், அருந்தமிழ், தண்டமிழ், வண்டமிழ், ஒண்டமிழ் இசைத் தமிழ், தன்னேரிலாத தமிழ், இயற்றமிழ், தீந்தமிழ், இருந்தமிழ், நாடகத் தமிழ் என்றெல்லாம் புகழ்கிறோம்.

இத்தகு பெருமைகள் படைத்த தமிழ், இப்புவியில் உச்சரிக்கப்படும்வரை உ.வே.சா அவர்களின் பெயரும் நிலைத்திருக்கும்.

தமிழறிஞர் ஒருவர் சாலையில் நடந்து சென்று கொண்டிருந்தார். இருசக்கர வாகனத்தில் சென்ற இளைஞன் அவரை இடித்து விடுகிறான். இறங்கி, 'அய்யா, மன்னியுங்கள்.' வருந்துகிறான்.

'தம்பி நீ இடித்ததுகூட வலிக்கவில்லை. தாய்மொழி இருக்கும்போது 'மன்னிப்பு' என உருது மொழி பேசுகிறாயே, அதுதான் வலிக்கிறது! என்கிறார் அறிஞர். அவரே பாவாணர்!

இயற்பெயர் தேவநேசன். நேசம், கவி இரண்டுமே தமிழ் அன்று. ஆகவே தேவநேயப் பாவாணரானார். தனித்தமிழ் இயக்கத்தின் தன்னிகரில்லா முன்னோடி.

தமிழ் உலகின் தொன்மையான மொழி. ஆரியத்துக்கு மூலமாகவும் திராவிட மொழிகளுக்குத் தாயாகவும் விளங்குவது தமிழ்! என தன் வாழ்நாள் ஆய்வுகளால் நிறுவியவர் தேவநேயப் பாவாணர். ஆகவேதான் அவரை மொழி ஞாயிறு என்கிறார்கள். பாவாணர் தமிழில் மட்டும் புலமை வாய்ந்தவர் அல்லர்.

ஆங்கிலம், தெலுங்கு, மலையாளம், கன்னடம், இந்தி, சமஸ்கிருதம், ஆங்கிலம், பிரெஞ்சு, லத்தீன், கிரேக்கம் உட்பட 17 மொழி இலக்கணங்களிலும் தேர்ச்சி பெற்றவர். இதனால்தான் பன்மொழி வித்தகர், சொல்லாராய்ச்சி வல்லுநர் என்றெல்லாம் பாவாணரை தமிழர்கள் கொண்டாடுகிறார்கள்.

தமிழ் மொழியின் மறுமலர்ச்சி காலத்தை எழுப்பியவர்களுள் பாவாணருக்கு முக்கிய பங்கு இருக்கிறது. தேசிய இனங்களின் விடுதலை, மொழி விடுதலையின் மூலமே சாத்தியம்! என நினைத்தார் பாவாணர். எனவே, வழக்கிலிருந்த மணிப்பிரவாள நடையை ஒழித்து, தனித்தமிழ்நடையை மீட்கப் போராடினார். இதற்கு உதவும் வண்ணம் இவரால் எழுதப்பட்டதே 'உயர்தரக் கட்டுரை இலக்கணம்' நூல். இந்நூல் இரண்டு தொகுதிகளையும், தொடரியல், மரபியல், கட்டுரையியல் என மூன்று இயல்களையும் உள்ளடக்கியது.

பல மொழிகளையும் ஒப்பிட்டு, அவற்றுக்கிடையேயான ஒற்றுமைகளையும் வேற்றுமைகளையும் பேசியவர், எழுதியவர் பாவாணர். பல வடமொழிச் சொற்களின் மூலமாக தமிழ்

இருப்பதை ஆதாரத்தோடு நிறுவியவர். மனிதர்கள் தோன்றியது குமரிக் கண்டத்தில் என்றவர். இந்திய வரலாற்றை தெற்கிலிருந்தே தொடங்க வேண்டும் என்று கூறியவர்.

தொல்காப்பியச் சூத்திரக் குறிப்புரை, உரிச்சொல் விளக்கம், செந்தமிழ் வரம்பீட்டின் சிறப்பு, தென்மொழி என 40க்கும் மேற்பட்ட நூல்களை எழுதியவர். 150 —க்கும் மேற்பட்ட ஆராய்ச்சிக் கட்டுரைகளை எழுதியுள்ளார். செந்தமிழ்ச் சொற்பிறப்பியல் அகரமுதலி திட்டத்தின் இயக்குநராகவும் பொறுப்பு வகித்தவர்.

பாவாணரைப்போல தன் வாழ்நாளை மொழி வளர்ச்சிக்காக அர்ப்பணித்த ஓர் ஆளுமையைக் காண்பது அரிது.

தமிழராக வாழ்வதன் பெருமிதத்தை உருவாக்கித் தந்த இவ்விரு சான்றோர்களையும் நாம் போற்ற வேண்டும். அது வெறும் சடங்காக இருக்கக் கூடாது. தனித் தமிழில் பேசுவது, தமிழ் மொழியை மேலும் நவீனப்படுத்துவது, எனும் நம் இயக்கத்தால் அமைய வேண்டும்!

◘

17. கோவை மாணவிக்கு நிகழ்ந்த வன்முறை, நாம் செய்ய வேண்டியது என்ன?

மீண்டும் ஒரு பள்ளி மாணவி பாலியல் வன்முறைக்கு உள்ளாகியிருக்கிறார். இந்நிகழ்வு கோவை பள்ளியொன்றில் நிகழ்ந்திருக்கிறது. பதின்மப் பருவத்தில் இருக்கும் பெண் பிள்ளைகள் பாலியல் வன்முறையை எதிர்கொள்ளும்போது அவர்கள் உடல்ரீதியாகவும், உளரீதியாகவும் கடுமையான வலியை அனுபவிக்கிறார்கள். இதுபோன்ற தருணங்களில் அவர்களுக்கு தார்மீக ஆதரவைத் தந்து, அந்த வன்முறை சம்பவத்தைக் கடந்து செல்வதற்கான வழிகாட்டுதலை வழங்க வேண்டியவை பள்ளி, குடும்பம், மற்றும் சமூகம். இவ்வமைப்புகள் கருணையோடும் பரிவுணர்வோடும் நடந்திருந்தால் கோவை மாணவி தன் உயிரை மாய்த்துக் கொள்ளும் முடிவுக்கு வந்திருக்க மாட்டார்.

கோவை மாணவி, ஆசிரியர் மிதுன் சக்கரவர்த்தி தனக்கு பாலியல் தொந்தரவு தருவதாக புகார் கூறியதும், சம்பந்தப்பட்ட ஆசிரியரை பள்ளி நிர்வாகம் பணி நீக்கம் செய்திருக்க வேண்டும். தொடர்ந்து வழிகாட்டும் அறிவுறைகள் வழங்கி மாணவியின் அச்சத்தைப் போக்கியிருக்க வேண்டும். மாணவியின் குடும்பத்தை அழைத்து இவ்வன்முறை நிகழ்வுக்கு வருத்தத்தை பகிர்ந்து கொண்டிருக்க வேண்டும். மாணவிக்கு ஆதரவாக நடந்து கொள்வது குறித்து குடும்பத்தினருக்கும் வழிகாட்டுதல் நெறிமுறைகள் வழங்கியிருக்க வேண்டும்.

ஆனால், இத்தகைய பாதுகாப்பு ஏற்பாடுகள் எதுவும் பள்ளி நிர்வாகத்திடமிருந்து, இம்மாணவிக்கு கிடைக்கவில்லை.

மாறாக பள்ளி தலைமையாசிரியர், 'பேருந்தில் செல்லும்போது நடந்த வன்முறையாக நினைத்து மறந்துவிடு !' என பஞ்சாயத்து செய்திருக்கிறார். தலைமையாசிரியர் ஒரு பெண். இருந்தும் தன் பாலினத்தைச் சேர்ந்த மாணவிக்கு ஆதரவாக நிற்காமல், பள்ளியின் பெயர் கெட்டுவிடக்கூடாதே! என்று ஆசிரியரைப் பாதுகாத்திருக்கிறார்.

மாணவியின் பெற்றோர்களோ எளிய குடும்பத்தினர். அவர்களிடம் கூறி பிரச்சனையைப் புரியவைக்க முடியாது, என மாணவி எண்ணியிருக்க வேண்டும். தன்னை வேறு பள்ளியில் சேர்த்துவிடக் கோரியிருக்கிறார். இருந்தும் ஆசிரியரிடமிருந்து பிரச்சனை தொடர்கிறது. கைவிடப்பட்ட நிலையில் மனச்சோர்வுக்கு ஆளாகி மாணவி தற்கொலை முடிவை எடுத்திருக்கிறார்.

இப்படி பள்ளி மாணவிகள் பாலியல் சிக்கல்களுக்கு ஆளாகும் போதெல்லாம் ஒவ்வொருவரும் அதை தம் சிந்தனை விரிவுக்கேற்ப புரிந்து கொள்கிறார்கள். அதற்கு எளிதான காரணங்களையும், பரிகாரங்களையும் உடனடியாக கண்டுபிடித்துவிடுகிறார்கள்.

இப்பிரச்சனையை. ஒரு ஆசிரியரின் மனவிகாரம். என்று சுருக்கி புரிந்து கொண்டோமானால் இதனோடு தொடர்புடைய பல காரணிகளையும் நம்மால் அடையாளம் காண முடியாமல் போய்விடும். மீண்டும் மீண்டும் இத்தகைய சிக்கல்கள் தோன்றியபடிதான் இருக்கும். தமிழகத்தில் 5,65,639 ஆசிரியர்கள் பணிபுரிகிறார்கள். இதில் எங்கோ மிதுன் சக்ரவர்த்தி போன்ற சில பாலியல் மனநோயாளிகள் இருக்கலாம். அதற்காக அனைத்து ஆசிரியர்களையும் இப்பிரச்சனையோடு இணைத்து சந்தேகிப்பதும் நியாயமாகாது.

அவசரப்பட்டு இந்தச் சிக்கலுக்கு சிலர் தீர்ப்பெழுதுகிறார்கள்.

மிதுன் சக்கரவர்த்திக்கு தூக்கு தண்டனை அளிக்க வேண்டும். கொடூரமான தண்டனைகள் கொடுக்க வேண்டும். சரி, கொடுத்துவிட்டால் இனி ஒரு மிதுன் சக்ரவர்த்தி தோன்ற மாட்டாரா? என்பதற்கு உத்திரவாதம் உண்டா?

ஆகவே, இச்சிக்கலை ஒரு ஆசிரியரின் உளவியல் நோயாக மட்டும் எளிமைப்படுத்திப் புரிந்துகொள்ளாமல், சமூக, பண்பாட்டு பிரச்சனையாக அணுக வேண்டியிருக்கிறது. கல்வி

வியாபாரமாக மாறிவருகிறது. தனியார்மயமான சூழலில் பள்ளிகள் மதிப்பெண்களைத் தயாரிக்கும் தொழிற்சாலைகளாகிவிட்டன. உடல், உள்ளம், ஆன்மாவென ஒருங்கிணைந்த ஆளுமைப் பண்புகளை வளர்க்குமிடமாக பள்ளிகள் அமைய வேண்டும்.

ஆனால் இன்றைய கல்விக்கூடங்களில் மாணவர்களின் சனநாயகப் பண்புகளை ஊக்குவிப்பதற்கான வெளி குறைந்திருக்கிறது. அவர்களது படைப்பூக்கத்தை வெளிப்படுத்தும் கல்வி இணைச் செயல்பாடுகளுக்கோ, மாணவர்களின் ஆளுமையை விரிவு செய்கிற விளையாட்டுக்கோ முக்கியத்துவம் கொடுக்கப்படுவதில்லை.

பணம் கொடுத்து படிக்கிறோம். ஆகவே நல்ல மதிப்பெண்கள் பெற வேண்டும். என்கிற ஒற்றை நோக்கில் மாணவர்களது பிற ஆளுமைப் பண்புகள் சிதைக்கப்படுகின்றன. இதனால், குடும்பத்திலும் சமூகத்திலும் தங்களுக்கு நிகழ்த்தப்படும் வன்முறைகளை வெளிப்படுத்த மாணவர்கள் தயங்குகிறார்கள். அதுவும் பெண் பிள்ளைகள் நிலை இன்னும் மோசமானது. பெண்ணின் உடல் மீது கட்டி எழுப்பப்படுவதுதான் இங்கு பண்பாடாகக் கருதப்படுகிறது. குடும்பப் பெருமையை, தன் உடலில் சுமப்பதாகக் கருதுவதால்தான், பெண் பிள்ளைகள் தங்களுக்கு நிகழும் பாலியல் வன்கொடுமைகளை குடும்பத்திடம் சொல்லவும் அஞ்சுகிறார்கள்.

பிள்ளைகள் சந்தோஷமாக, கௌரவமாக வாழ்வது முக்கியமா? என்ஜினியராவது டாக்டராவது முக்கியமா? என்கிற தெளிவை நம் சமூகம் பெற வேண்டும். அதுவன்றி இது போன்ற சிக்கல்கள் ஏற்படும்போது, பெண் பிள்ளைகள் செல்ஃபோன் பயன்படுத்துவது, இணையத்தில் உலாவுவது, சீருடையாக ஸ்கர்ட் அணிவது, போன்ற அறிவுரைகள் பொருளற்றவை.

இந்தச் சிக்கல்களுக்குப் பின்னிருப்பது, நுகர்வுப் பண்பாடு, பெண்ணை வர்த்தகமாக்கும் தாராளமயம். கல்வியை வணிகமாக்கும் தனியார்மயம். பாலியல் குறித்த பழமைவாத நம்பிக்கைகள், போன்றவை.

இப்படி ஒருங்கிணைந்த மாற்றங்கள் நிகழாமல், ஃபோக்ஸோ போன்ற சட்டத்தால் மட்டுமே இத்தகைய வன்கொடுமைகளை நிறுத்திவிட முடியாது. நம் நாட்டில் 918 போக்ஸோ நீதிமன்றங்கள் உள்ளன. போக்ஸோ வழக்குகளை ஓர் ஆண்டுக்குள் முடிக்கச்

சொல்கிறது நீதித்துறை. எண்ணற்ற போக்ஸோ வழக்குகள் நீதிமன்றங்களில் தேங்கிக் கிடக்கின்றன.

ஆனாலும் இன்று முகநூல், இன்ஸ்டா போன்றவை போக்ஸோ நீதிமன்றங்களாகிவிட்டன. இங்கு திடீர் நீதிபதிகள் தோன்றுகிறார்கள். இவர்கள் அளிக்கும் இன்ஸ்ட்டன்ட் தீர்ப்பால் இதன் பின்னணியில் உள்ள உண்மைக் காரணிகள் மங்கிவிடுகின்றன.

பொதுவாக ஒரு தவறு சமூகத்தில் நிகழ்கிறபோது, அந்த தவறுக்கு வெளியே நிற்கவே சமூக உறுப்பினர்கள் ஒவ்வொருவரும் முயல்கின்றனர். இந்தத் தப்பிக்கும் மனோபாவம் விடுத்து, இதுபோன்ற குற்றங்கள் பெருகாமலிருக்க, நாம் என்ன செய்ய வேண்டும்? என யோசிக்க வேண்டும்.

பிள்ளைகளை மதிப்பெண் பெறும் ரோபோக்களாக நினைக்கக் கூடாது. முறையற்ற பாலியல் உணர்வைத் தூண்டும் பண்பாட்டு வடிவங்களை புறக்கணிக்க வேண்டும். நுகர்வு மனத்தை பண்படுத்த வேண்டும். முக்கியமாகக் குடும்பத்தை ஒரு சனநாயக அமைப்பாக நாம் மாற்ற வேண்டும்.

◘

18. மானுடம் பூக்கட்டும்

தீபாவளி வரப்போகிறது. பெரிய மாற்றங்களோ, திருப்புமுனைகளோ அதிகம் இல்லாத சராசரி மக்களுடைய வாழ்வை, ஓரளவு சுவாரசியப்படுத்துவது இத்தகைய பண்டிகைகள்தாம்.

அதிரச மாவு வாசமுடைய அம்மாக்களின் கைகள் தீபாவளியைத் தொடங்கி வைக்கின்றன. தலைதீபாவளிக்கு தயாராகுபவர்களிடம் மாப்பிள்ளைக் களை தென்படத் தொடங்குகிறது.

எப்படி பட்ஜெட் போட்டாலும். தீபாவளி கணக்கு இடிக்கிறது குடும்பத் தலைவருக்கு! எங்கே குறைக்கலாம்? யோசிக்கிறபோது 'பட்டாசில் கைவைக்கலாமா?. எனத் தோன்றுகிறது. குடும்பமோ, 'பட்டாசு இல்லாத தீபாவளிக்கு வண்ணமில்லை. வனப்பில்லை. குதூகுலமில்லை!' என்கிறது.

இருளைக் கலைத்து வண்ணப் பொறிகளை வாரி இறைக்கும் மத்தாப்பூ, வீடுகளில் மகிழ்ச்சியின் ஒளியைப் பாய்ச்சும் சங்கு சக்கரம், தெருக்களை பிரகாசமாக்கும் புஸ்வாணம், ஆகாயத்தை அழகாக்கும் வான வேடிக்கைகள், என உற்சாகத்தை ஒளிக்கரங்களால் பற்றி, இல்லுக்கு அழைத்து வருபவை பட்டாசுகள். தீபாவளி என்றில்லை. டோனி செஞ்சுரி அடித்தாலும் சரி. சூப்பர் ஸ்டார் படம் ரிலீசானாலும் சரி. லோக்கல் கவுன்சிலர் ஜெயித்தாலும் சரி. 'போட்றா வெடிய!' என்பதில் தொடங்குகிறது கொண்டாட்ட மனநிலை.

இந்தப் பட்டாசுக்கு என்றே ஒரு வரலாறு இருக்கிறது. வெடியோசையை முதன் முதலாகக் கேட்டவர்கள் சீனர்களே!

சமையலுக்குப் பயன்படுத்தக் கூடியது பொட்டாசியம் நைட்ரேட். தெரியாமல் அதில் நெருப்பு பட்டது. அதில்தான் சீனர்கள் வெடியோசையைக் கேட்டார்கள். பிறகு, மூங்கிலுக்குள் அதை நிரப்பி பட்டாசாகப் பயன்படுத்தினார்கள்.

குழந்தைகளுக்கு மகிழ்ச்சியைக் கொடுத்த வெடிமருந்து, துப்பாக்கியில் நிரம்பியபோது,

அது அதிகாரமாகவும் மாறத் தொடங்கியது. யார் அதிகமாக வெடிமருந்து வைத்திருந்தார்களோ அவர்கள் அரசர்களானார்கள். எந்த நாட்டிடம் அதிக வெடிமருந்து இருந்ததோ அது பேரரசு ஆனாது.

இதே வெடிமருந்தைப் பயன்படுத்தி, மலைகளைப் பிளந்து கோவில் எழுப்பினார்கள். இதே வெடி மருந்தை சித்தர் மரபு மருந்தாகவும் பயன்படுத்தியது. இப்படி உலகெங்கும் வெடி மருந்துக்கு சந்தை உருவானது. இந்தியாவில் வெடி மருந்து தீப்பெட்டி உருவத்தில்தான் தோன்றியது.

1920 ஆம் ஆண்டு வாக்கில் கொல்கத்தாவில் தீப்பெட்டி தொழிற்சாலைகள் தொடங்கப்பட்டன. தீப்பெட்டி தொழிலை தமிழகத்திலும் தொடங்க விரும்பி, சிவகாசியைச் சேர்ந்த அய்யன், சண்முகம் போன்றோர் கொல்கத்தா சென்றனர். அங்கு தீப்பெட்டி தொழில் நுட்பத்தைப் பயின்று சிவகாசிக்கு வந்தனர். தீப்பெட்டி தொழிற்சாலைகளைத் தொடங்கினர். இத்தொழில் படிப்படியாக, பட்டாசு தொழிலாக பரிணாம வளர்ச்சி பெற்றது.

இன்று இந்தியாவில் தயாராகும் பட்டாசுகளில் 90% சிவகாசியில் தயாராகின்றன. லட்சக்கணக்கான தொழிலாளர்கள் பட்டாசுத் தொழிலை நம்பி வாழ்கிறார்கள். இந்நிலையில் இரண்டு சவால்களை பட்டாசுத் தொழிற்சாலைகள் எதிர்கொள்ள வேண்டியிருந்தது.

முதலாவது சீனப் பட்டாசுகள். மலிவான கவர்ச்சியான சீனப்பட்டாசுகள் குறைந்த விலைக்கு இந்தியாவில் வந்து இறங்கின. இது சிவகாசியில் பட்டாசுத் தொழிலை நம்பியிருக்கும் குடும்பங்களின் வாழ்வாதாரத்தை கேள்விக்குள்ளாக்கியது. சீனப்பட்டாசுகளின் வரவை ஒன்றிய அரசு கண்காணித்துக் கட்டுப்படுத்தியது.

அடுத்தது சுற்றுச் சூழல் விழிப்புணர்வு. பட்டாசு வெடிப்பதால் வெளியேறும் நச்சுப் பொருட்கள் காற்றை மாசுபடுத்தியது. சிற்றுயிரிகள் அழிந்தன. மனிதர்களுக்கு ஆஸ்த்துமா போன்ற சுவாசப் பிரச்சனைகள் எழுந்தன. டெல்லி மாணவர்கள் காற்று மாசுபாட்டுக்கு, பட்டாசைக் காரணமாக காட்டியபோது, உச்ச நீதிமன்றம் பட்டாசு வெடிப்பதற்கு பல்வேறு கட்டுப்பாடுகளை விதித்தது.

நாம் தீபாவளியை மகிழ்வாகக் கொண்டாட வேண்டும். நம்மோடு சேர்ந்து இப்பூமியில் வாழும் சிற்றுயிரிகளையும் பாதுகாக்கவும் வேண்டும். அதேவேளை சிவகாசியில் பட்டாசு தொழில் நலிவடையாமல் காப்பாற்றவும் வேண்டும்.

இத்தகைய புரிதல்களோடு, நம் கம்பி மத்தாப்புகளில் இருந்து மானுடம் பூத்துச் சிதற வேண்டும்!

◼

19. அழகிய தமிழ் மகள்

கடற்கரையோர அவ்வை சிலை, பாடநூல்களெங்கும் முதுகுவளைந்து கோலூன்றி நிற்கும் அவ்வை சித்திரம், சுட்ட பழம் வேண்டுமா? எனக் கேட்கும் திரைப் படிமம், இவளல்ல நம் சங்ககால அவ்வை!

அவள் மன்றல் மறுத்தவள். நாடோடி. விறலி. காதலும், வீரமும் நிரம்பியவள். அதிகாரத்தை எதிர்த்த கலகப் பெண். போர் விரும்பாத அமைதித் தூதுவர்.

இடைக்காலத்தில் கொன்றை வேந்தன், மூதுரை, ஆத்திச்சூடி என அறிவுரை கூறிய அவ்வையையே தமிழ்ச் சமூகம் மூதாட்டியாக காட்டுகிறது. அறிவுரை சொல்பவர்களை வயதானவர்களாகவே சித்தரிக்கும் தமிழ் மனநிலையில் இருந்து உருவான தோற்றம்.

அதுவன்றியும் அவ்வையை வயதானவளாகக் காட்டுவதில் ஆணாதிக்க மனநிலையும் இருந்தது. கள்ளுண்ட அதியன் காலத்து தமிழ் மனங்களிலிருந்து மறைத்து புனிதப்படுத்தும் முயற்சி!

யார் நிறுத்தாமல் காலமெல்லாம் கற்றுக் கொள்கிறார்களோ, யார் மனதில் தோன்றியதை வெடிப்புற பேசுகிறார்களோ, யார் வாழும் காலத்துக்கான அறத்தை, விடுதலையைச் சிந்திக்கிறார்களோ அவர்கள் எல்லோருமே அவ்வைகளே!

அவ்வை என்பவள் ஓர் ஆளுமை மட்டும் அல்லள்.

அவள் ஓர் இனத்தின் மரபு.

தமிழ் மரபு என்பதே ஒரு பெண்வழி மரபு! என நம்ப வைப்பவளே அவ்வை.

இப்படி, காலம் தோறும் ஒவ்வொரு இனக்குழு மரபிலும் ஒரு பெயர் மக்களின் நினைவுகளில் தொடர்ந்து வந்த வண்ணம் இருக்கிறது.

பாலி மொழியில் இப்படிதான். ஒவ்வொரு யுகத்திலும் ஒரு புத்தரை உருவாக்கியபடி இருக்கிறார்கள்.

ஹங்கர, மேதங்கர, சரணங்கர, தீபங்கர, கொண்டஞ்ஞ, மங்கல, சுமன, ரேவத, சோபித, அனோமதஸ்ஸி, பதும,நாரத, பதுமுத்தர,சுமேத, சுஜாத, பியதஸ்ஸி, அத்ததஸ்ஸி, தம்மதஸ்ஸி, சித்தாத்த, திஸ்ஸ,புஸ்ஸ, விபஸ்ஸி, ஷிகி, வேஸ்ஸபூ, ககுசந்த, கொனாகமன, கஸ்ஸபர், கோதமர் என புத்தர்கள் மக்களின் நினைவலைகளில் தோன்றியபடி இருந்தார்கள்.

புத்தியை ஆதாரமாகக் கொண்டவன் புத்தன். நிகண்டுகள் புத்தனை அறிவன் என்கிறது.அவன் இந்நிலவெளியில் தன்னை புதுப்பித்தபடி தோன்றியவாறு இருக்கிறான்.

இப்படிதான் ஔவையும். தமிழ்ச் சமூகம் தன் நினைவடுக்குகளில் இப்பெயரை பத்திரப்படுத்தி, தொடர்ந்து எடுத்துவருகிறது.

பெண்கள் எப்படி பேசுவது? எதைப் பேசுவது? என வகுத்த இலக்கணங்களுக்கு இடையே, ஆண் எப்படி நடந்து கொள்ள வேண்டும்? என ஓங்கி ஒலித்தது ஒரு பெண் குரல்.

‘நாடாகு ஒன்றோ
காடாகு ஒன்றோ
அவலாகு ஒன்றோ
மிசையாகு ஒன்றோ
எவ்வழி நல்லவர் ஆடவர்
அவ்வழி நல்லை
வாழிய நலனே’

நாடோ, காடோ, மேடோ, பள்ளமோ எத்தகைய நிலப்பரப்பாக இருந்தாலும் பெண் மட்டும் அல்லள், ஆணும் ஒழுங்கு தவறாது நடக்க வேண்டும்! என ஆணுக்கு ஒழுங்கு கற்பித்தவள் அவ்வை.

இவள் முதுமகள் கிடையாது. பாடினி. ஊர் சுற்றி.

‘இழையணிப் பொலிந்த
ஏந்து கோட்டு அல்குல்
மடவரல் உண்கண்
வாள் நுதல் விறலி!’

மை பூசிய விழி. வாட்டமான நெற்றி. ஆடவும் பாடவும் தெரிந்த விரலி.

‘சிறிய கள்பெறினே
எமக்கீயும் மன்னே
பெரிய கள்பெறினே தானுண்டு எமக்கும்
ஈந்து மகிழும் மன்னே’

என அதியனைப் பாடியவள்.

அவ்வை எப்போதும் செல்வியாக வாழ்பவள். திருமண பந்தத்தை மறுத்து வாழ்ந்த கலகக்காரி. அதியன் காலத்தவள். இவளது நண்பர் கபிலர்.

அவ்வை புறநானூற்றில் 33, அகநானூற்றில் 4, குறுந்தொகையில் 15, நற்றிணையில் 7, என 59 பாடல்களை எழுதிக் குவித்தவள்.

பிற பெண் பால் கவிஞர்கள்போல் அவ்வையை எளிதில் எழுதி தீர்க்க முடியாது. அரசியல், பண்பாடு, அறம், காதல், காமம் என எல்லா எல்லைகளிலும் சிறகு விரித்த தமிழ் மகள்.

ஔவை என்பவள் தமிழ்ச்சமூகத்தின் நினைவடுக்குகளில் தொடர்ந்து வருகிற ஒரு பெயர். காலத்தின் தேவைகளை நிறைவு செய்யத் தேவைப்படுகிற கவிமகளவள்!

சமயப் படையெடுப்பில் அவளை புதிய தெய்வமாகிய விநாயகனைப் பாடவைக்கிறது காலம். நிலபிரபுத்துவம் உச்சமடைந்த வேளையில், அதைப் பாதுகாக்கிற அறங்களைக் கொண்ட ஆத்தி சூடியையும் கொன்றை வேந்தனையும் மூதுரையையும் பாடவைக்கிறது காலம்.

அவ்வை எனும் பெயர் தவப்பெண், அறிவில் முதிர்ச்சியடைந்தவள் எனும் பொருளமைந்தது. ஆகவே தமிழர் அவளை ஒரு மூதாட்டியாகவே கருதி சிலை வைத்தனர். திரைப்படம் எடுத்தனர். ஔவை திரைப்படம் வரலாறு இல்லை. புராணங்களில் முருகன் வம்புக்கிழுத்த ஔவை ஒரு புனைவு.

கி.பி 10 ஆம் நூற்றாண்டில் ஒரு அவ்வை. தனிப்பாடல்கள் எழுதியவள்.

12 ஆம் நூற்றாண்டு அவ்வை ஆத்திச்சூடி, கொன்றை வேந்தன், மூதுரை எழுதியவள். (தையல் சொல் கேளேல் என ஆணின் மூளைகொண்டு பாடியவளிவள்.)

14 ஆம் நூற்றாண்டு அவ்வை, ஔவை குறள், விநாயகர் அகவல் யாத்தவள்.

16, 17 ஆம் நூற்றாண்டு அவ்வை பந்தன் அந்தாதி எழுதியவள்.

ஐந்து ஔவைகள் கண்ணுக்கு தெரிகிறார்கள். தெரியாமலும் ஔவைகள் இருக்கக் கூடும்!

பழம் நீயப்பா எனப்பாடிய சுந்தராம்பாள் தமிழ் நிலத்தின் மிகையுணர்வு அவ்வை.

இத்தனை அவ்வைகள் இருந்தாலும் சங்கத்தமிழில் 59 பாடல்களைப் பாடிய அவ்வையே தமிழர் நெஞ்சம் கவர்ந்தவள். அவள் காதலின் அத்தனை உணர் நிலைகளையும் தொட்டுக் காட்டியவள். காதல் நோயால் தூங்கமுடியாமல்,

'முட்டுவேன் கொல்! தாக்குவேன் கொல்!
ஓரேன் யானும் ஓர் பெற்றி மேலிட்டு
ஆ! ஒல்! எனக் கூவுவேன் கொல்!'

என உறங்கும் ஊரைச் சபித்தவள்.

அவளை வாசித்துத் தமிழர் இளமை நலம் காக்க வேண்டும்.

◘

20. இடர் ஆழி நீங்குகவே

ஒரு நாட்டுக்கு அழகு சேர்ப்பவை, அந்நாட்டிலுள்ள மிகப்பெரிய நட்சத்திர விடுதிகளா? மால்களா? பன்னாட்டு கார்ப்ரேட் அலுவலகங்களா? என்றால், சிறிது யோசிக்க வேண்டியிருக்கிறது.

1982 ஆம் ஆண்டு துனிசியாவில் ஒரு மாநாடு நடைபெற்றது. அம்மாநாடு உலகப் பாரம்பரிய சின்னங்கள் குறித்து மனித சமூகம் அக்கறை கொள்ளவேண்டும் என வலியுறுத்தியது. அதன் பொருட்டு ஏப்ரல் 18 ஆம் நாளை சர்வதேச நினைவிடங்கள் தினமாக கொண்டாடும் தீர்மானத்தை அம்மாநாடு கொண்டுவந்தது.

அடுத்த ஆண்டு யுனெஸ்கோ நிறுவனம் அதனை அங்கீகரித்து, ஏப்ரல் 18. உலக பாரம்பரிய தினமாக அறிவித்தது.

இது ஏப்ரல் மாதம். தமிழர்க்கு அழகும், பெருமையும் சேர்க்கும் பழங்கால நினைவுச் சின்னங்கள், கல்வெட்டுகள், ஓவியங்கள் மற்றும் சிற்பங்கள், இலக்கியங்கள் ஆகியவற்றின் மீது, வளரும் தமிழ்ச் சமூகத்திற்கு அக்கறையை ஏற்படுத்த வேண்டியிருக்கிறது.

பாரம்பரியம் என்பதை சாதிப் பெருமை, மதப் பெருமையன்று. யாதும் ஊரே, யாவரும் கேளிர். பிறப்பொக்கும் எல்லா உயிர்க்கும். போன்ற முற்போக்கு கருத்துக்களே தமிழரின் பாரம்பரியமாக இருந்து வந்திருக்கிறது.

இத்தகைய சிந்தனையோடு, ஒரு ஆசிரியனாக ஏழாம் வகுப்பு தமிழைத் திறக்கிறேன். இரண்டு ஆழ்வார்கள் விளக்கை ஏற்றுகிறார்கள். ஆறாம் நூற்றாண்டில் திருமாலுக்கு முன்பு ஞானத் தமிழால் ஏற்றிய விளக்குகள் இவை.

பொய்கை ஆழ்வார் பாடலில் ஒரு சொல். 'இடர் ஆழி நீங்குகவே!' என்கிறார். துன்பக் கடல் என்கிறார். எத்தனை அழகான Metaphor.

வாழ்வு என்பது துன்பத்தை தவிர வேறில்லை என்றவர் புத்தர். அவரே, 'உனக்கு நீயே கைவிளக்கு!' என்றும் கூறினார். நாம் எதையெதையெல்லாம் இன்பமென நினைத்து தூக்கிச் சுமந்தோமோ அவையனைத்தும் இன்பமன்று. துன்பத்தையே தூக்கி உழன்றிருக்கிறோம்.

நமது சுமையைக் காணமுடியாதபடி மனதில் சூழ்ந்த இருளை அகற்ற நீயே விளக்காகு என்கிறார் புத்தர்.

ஏழாம் வகுப்பு தமிழில் புதுமை விளக்குகள் எனும் தலைப்பில் இரண்டு பாடல்கள். பொய்கையாழ்வார், பூதத்தாழ்வார் பாடியவை.

இந்தப் பாடல்களுக்குப் பின்னால் ஒரு கதையிருக்கிறது. மணவாள மாமுனிகள் தனது உபதேச ரத்தினமாலை நூலில் அந்தக் கதையைக் கூறுகிறார்.

பொதுவாக பக்தி இலக்கியங்களில் ஒரு மயக்கம் இருக்கிறது. பக்தி என்பதே மயக்கம்தான். இறைமீது கொண்ட மயக்கம்.

ஆழ்வார்கள் குறித்த கதைகளிலும் இந்த மயக்கம் இருக்கவே செய்கிறது. ஆனாலும் அவர்கள் பாடிய தமிழில் மயக்கம் இல்லை.

ஆழ்வார்கள் 12 பேர் இருப்பினும் முதலாழ்வார்கள் எனப்படுபவர் மூவர்.

பொய்கையாழ்வார், பூதத்தாழ்வார், பேயாழ்வர் மூவரே முதலாழ்வார்கள். இவர்கள் மூவரும், பன்னிருவரில் காலத்தால் முற்பட்டவர்கள். ஐப்பசியில் பிறந்தவர்கள். புனிதப்படுத்தும் நோக்கில் இவர்களது பிறப்பு குறித்த கதைகள் அமைந்திருக்கின்றன. தாயின் வயிற்றில் பிறக்காமல் சுயம்புவாகத் தோன்றியவர்கள் என்பதாக இவர்களது பிறவி குறித்த கற்பிதங்கள் இருக்கின்றன.

பாடப்பகுதியில் அமைந்துள்ள பாடல்கள் உருவான சூழலை உபதேச ரத்தினமாலை விளக்குகிறது.

இதை ஒரு மாந்தரீக யாதர்த்த புனைவாகக் கருதி அணுகலாம்.

இவர்கள் மூவரும் திருக்கோவலூரரில் ஒருவரை ஒருவர் சந்தித்த கதை சுவாரஸ்யமானது.

முதலில் பொய்கையாழ்வார், திருக்கோவிலூரரில் உள்ள மிருகண்டு மகரிஷியின் ஆசிரமத்திற்கு வருகிறார்.

வெளியே நல்ல மழை. அவர் ஆசிரமத்தின் சிறிய தாழ்வாரத்தில் படுத்துக் கொள்கிறார். சிறிது நேரத்தில், பூதத்தாழ்வாரும் அங்கு வருகிறார். 'தனக்கு இடமிருக்கிறதா ?'என்கிறார். 'ஒருவர் படுக்கலாம், இருவர் இருக்கலாம்' மலர்ந்து அவரை அழைக்கிறார் பொய்கையாழ்வார்.

கொஞ்ச நேரத்திலேயே பேயாழ்வாரும் வருகிறார். 'தனக்கு சிறிது இடம் இருக்குமா ? 'வினவுகிறார். முன்பு வந்த இருவரும், 'ஒருவர் படுக்கலாம், இருவர் இருக்கலாம், மூவர் நிற்கலாம். வாருங்கள் !' உள்ளே அழைக்கிறார்கள்.

தொடர்ந்து இடி, மழை, இருள். மூவரும் மாலின் பெருமை பேசி களிக்கிறார்கள்.

அங்கு நாலாவதாக ஒரு மனிதர் வந்து நெருக்குகிறார். யார் என அறிய ஆழ்வார்களுக்கும் ஆசை. ஆனால், இருட்டு தடையாக உள்ளது. இரண்டு ஆழ்வார்கள் விளக்கேற்றுகிறார்கள். பொய்கையாழ்வார் விளக்கேற்றும் அழகைப் பாருங்கள்.

'வையம் தகளியா வார்கடலே நெய்யாக
வெய்ய கதிரோன் விளக்காகச். செய்ய
சுடர் ஆழியான் அடிக்கே சூட்டினேன் சொல்மாலை
இடர்ஆழி நீங்குகவே என்று'

வையம் என்றால் உலகம். தகழி என்றால் அகல். இந்த உலகத்தையே அகலாக்கி, நீண்ட கடலை நெய்யாக்கி, கதிரவனையே விளக்காக்கி, இருள். இடர் ஆழி) நீங்குக என்கிறார். எத்தனை பிரம்மாண்ட விளக்கு, எவ்வளவு பிரம்மாண்ட தீபம்.

அடுத்து விளக்கேற்றுகிறார் பூதத்தாழ்வார்.

'அன்பே தகளியா ஆர்வமே நெய்யாக
இன்புருகு சிந்தை இடுதிரியா. நன்புருகி
ஞானச் சுடர் விளக்கு ஏற்றினேன் நாரணற்கு
ஞானத் தமிழ் புரிந்த நான்'

அன்பை அகலாக்கி, ஆர்வத்தை நெய்யாக்கி, சிந்தையை திரியாக்கி, ஞானச்சுடர் விளக்கை ஏற்றுகிறார்.

உலகத்தை விளக்காக, அன்பை விளக்காக, ஏற்றத் தெரிந்தவர்களுக்கு இருளென்பது இல்லை!

இவ்வாறு, இவர்கள் விளக்கை ஏற்றியதும் நான்காவது நபர் தெரிகிறார். அவர், இவர்களுடைய தமிழ் கேட்க வந்த 'மால்'.

அவனது அழகு மேனியைக் கண்டு

'திருக் கண்டேன் பொன்மேனி கண்டேன் திகழும்
அருக்கன் அணி நிறமும் கண்டேன். செருக் கிளரும்
பொன் ஆழி கண்டேன் புரிசங்கம் கண்டேன்
என் ஆழி வண்ணன்பால் இன்று'

என பேயாழ்வார் வியந்து பாடுகிறார்.

தமிழின் பக்தி மரபை பெரியார் விமர்சிக்கிறார். நிச்சயம் அந்த விமர்சனப் பார்வை வேண்டும். அதேவேளை ஒரு கவியாக எனக்கு தமிழ் தேவைப் படுகிறது.

பக்தி மரபில் இருந்து வந்தது என்பதற்காக தமிழை, அதன் ஆற்றலை, இன்பத்தை இழக்க முடியாது. ஞானத் தமிழ் புரிந்த நான் எனத் தன்னை அழைத்துக் கொள்கிறார் பூதத்தாழ்வார்.

இது காவி படிந்த தமிழ் அல்ல. தமிழ்ச் சான்றோரின் ஆவி படிந்த தமிழ். அதே ஏழாம் வகுப்பில் இன்னொரு நாள். ஒரு பெண் பிள்ளை. புத்தகத்தை மறைத்து வைத்து படித்துக் கொண்டிருந்தாள்.

'என்ன படிக்கிறாய்?. என்றேன். 'திருவாசகம்' என்றாள்.

'அதை ஏன் மறைச்சு படிக்கணும்!' கேட்டேன்.

'உங்களுக்குதான் சாமி பிடிக்காதே!' என்றாள்.

'மாணிக்கவாசகர் மனிதர். இப்புவியில் வாழ்ந்தவர்.

அவர் பக்தர் மட்டுமில்லை. கவிஞர்.

எனக்கு பிடிக்காமலிருக்குமா?' என்றேன்.

அவளால் சரியாக விளங்கிக் கொள்ள இயலவில்லை.

உனக்கு இதில் எந்த பாடல் ரொம்ப பிடிக்கும் என்றேன். குயில் பத்து என்றாள். மாணிக்கவாசகருக்குப் பக்தி மட்டுமல்ல பத்தும் பிடிக்கும்.

அச்சப் பத்து, அடைக்கலப் பத்து, அதிசயப் பத்து, அருட்பத்து, அற்புதப் பத்து, அன்னைப் பத்து, ஆசைப்பத்து, உயிருண்ணிப் பத்து, கண்டபத்து, குயில் பத்து, குலாப்பத்து, குழைத்த பத்து, செத்திலாப்பத்து சென்னிப் பத்து, பிடித்த பத்து, பிரார்த்தனைப் பத்து, புணர்ச்சிப் பத்து, யாத்திரைப் பத்து, வாழாப்பத்து என திருவாசகத்தில் நிறைய பத்துப் பாடல்கள் எழுதியவர்.

இவர் உருகி உருகி பாடிய பாடல்களுக்கு இறைவன் இருந்திருந்தால் கண்ணீர் விட்டு அழுது கரைந்திருப்பான். எனக்கு பெரியாரின் தத்துவத்தை பிடிப்பது போலவே மாணிக்கவாசகரின் தமிழையும் பிடிக்கும்

அந்தச் சிறுமி படித்த குயில்பத்தைப் பார்த்தேன் .

'தேன் பழச்சோலை பயிலும்
சிறு குயிலே இது கேள் நீ
வான் பழித்து இம் மண் புகுந்து
மனிதரை ஆட்கொண்ட வள்ளல்
ஊன் பழித்து உள்ளம் புகுந்து என்
உணர்வு அது ஆய ஒருத்தன்
மான் பழித்து ஆண்ட மென் நோக்கி
மணாளனை நீ வரக்கூவாய்.'
பாரதியின் குயில் பாட்டுக்கு மாணிக்கவாசகரே முன்னோடி !

மாணிக்கவாசகரின் வரலாற்றில் நிறைய இருளிருக்கிறது. ஆனால் அவருடைய தமிழ் நுட்பம் பயிலும் மனதில் தீபங்களை ஏற்ற வல்லது.

ஒரு பாடல்.

'ஆட்கொண்டெம்பிரானாய்
இரும்பின் பாவை அனைய நான் பாடேனின் றாடே நந்தோ
அலறிடேன், உலறிடேன்
ஆவி சோரேன்'

என்கிறார்.

தன்னை இரும்பின் பாவை என்கிறார்.

என்னவொரு அழகான படிமம் இது !

அவர்காலத்தில் மரப்பாவை, கற்பாவைகள் இருந்திருக்கலாம். இரும்பின் பாவை என்பது புதிய சொல்லாட்சி.

இறைவனை கவர்ந்திழுக்கும் காந்தமாகக் கொண்டால் மா.வாசகர் இரும்பின் பாவை என்கிற படிமத்தை விளங்கமுடியும்.

'நமச்சிவாய வாஅழ்க/நாதன்தாள் வாழ்க/இமைப்பொழுதும்/ என்னெஞ்சில்/ நீங்காதான் தாள்வாழ்க!'

இதில் நமச்சிவாயம் எனும் பெயரை நீக்கி உங்கள் மனம் கவர்ந்தவரின் பெயரை வாசித்துப் பாருங்கள். ஒரு காதல் கடிதம்போலத் தோன்றும்.

கண்ணனைக் காதலனாக எண்ணிப் பாடிய ஆண்டாளைக் கொண்டது தமிழ் இலக்கிய மரபு.

பாரம்பரியத்தின் சுமைகளை அகற்றி, வாழும் காலத்துக்குப் பொருந்தும், அதன் வளமார்ந்த கூறுகளை நாம் அறியவேண்டும். அதற்கு இந்தப் பாரம்பரியநாள் தமிழர்க்கு உதவட்டும்!

■

21. நல்லை அல்லை

இவ்வாழ்வு ஒளியால் மட்டும் ஆனதில்லை. இருளாலும் ஆனது. மனிதர்கள் தங்கள் சரிபாதி ஆயுளை இருளில் கழிக்கிறார்கள். ஒளியைப் பாட தமிழ்மண்ணில் நிறைய கவிஞர்கள் இருந்தார்கள். ஒளியை தெய்வமென்கிறார் வள்ளலார்.

இருள் மட்டும் இல்லையென்றால் மனித குலம் தழைத்திருக்க முடியுமா? ஒளியை உண்மையெனக் கொண்டால் இருளை ரகசியமாகக் கருதலாம். உண்மை நமது பயணத்தை வழிநடத்துகிறது. ரகசியங்களோ நமது பயணத்தை சுவாரசியப்படுத்துகின்றன.

இந்த இளம் இரவு சிறிது நீலமாக இருக்கிறது. வானத்தில் நிலா முழுமையை நோக்கி வளர்ந்துகொண்டிருக்கிறது. அடர்ந்த மாவிலைகளில் சிதறி அதன் கிரணங்கள் வழிந்து கொண்டிருக்கின்றன.

இந்த நிலாவைத்தான்,

'வானச் சோலையிலே

பூத்த தனிப்பூவோ

நீ தான் சொக்க வெள்ளிப் பால்குடமோ, அமுத ஊற்றோ'

என்றெல்லாம் பாவேந்தன் பாடினான்.

பாவேந்தன் மட்டுமா? சங்க இலக்கியம் முழுவதும் நிலாவை நம் கவிஞர்கள் கொஞ்சித் தீர்த்திருக்கிறார்கள்.

பத்துப்பாட்டில் 34 முறை நிலா வருகிறது.

எட்டுத்தொகையில் 53 முறை நிலா வருகிறது.

லத்தீனில் Luna என்றால் நிலா. Lunatic என்றால் கிறுக்குப்பிடித்தவர் என்று அர்த்தம். பூர்ணிமையின் கதிர்கள் காதல் பைத்தியங்களை விழிக்கச் செய்கிறது. இல்லத்தில் விளக்கேற்ற புகுந்த பெண்கள் படுக்கையறையில் விளக்கை குளிர வைக்கிறார்கள்.

உடலின் குளிரை அகற்றவேண்டுமே! ஆனால் ரகசியமாக சந்திக்கும் காதலர்களுக்கு வானத்தில் பெரிய விளக்காய் எரிகிறது நிலா! அதை எப்படி அவர்கள் அணைப்பார்கள்? இப்படி ஒரு சிக்கல் குறுந்தொகை தலைவி ஒருத்திக்கு வருகிறது.

"கருங் கால் வேங்கை வீ
உகு துறுகல் இரும் புலிக் குருளையின் தோன்றும்
காட்டிடை
எல்லி வருநர் களவிற்கு
நல்லை அல்லை
நெடு வெண்ணிலவே!"

(குறுந்தொகை 47)

கருமையான அடிமரம் கொண்டது வேங்கை மரம். அதன் பூக்கள் உதிர்ந்து மூடிக் கிடக்கும் பாறாங்கல், நிலவு ஒளியில் புலிக்குட்டியைப் போல் தோற்றமளிக்கிறது. பளீரென வெளிச்சம் தரும் முழு வெள்ளை நிலாவே! இரவில் என்னை நாடி வருபவருக்கு நீ நல்லை அல்லை! என்கிறாள் தலைவி.

இந்தப் பாடலை எழுதியவர் பெயர் தெரியாத காரணத்தால், சங்க இலக்கியத் தொகுப்பியல் வழக்கப்படி நெடுவெண் நிலவினார் ஆனார். காதல் அனுபவம் உடைய எல்லோருக்கும் இந்நெடுவெண் நிலவு ஒருநாள் தடையாய் இருந்திருக்கும்.

ச்சேச்சே! நீ நல்லை அல்லை! என்றிருப்பாள் தலைவி.

நிலவையா முந்தானையால் மூட முடியும்? வெட்கப்படும் தலைவியின் நிலவு முகத்தை முந்தானையால் மூடியிருப்போம்.

'ச்சேச்சே! நீ நல்லை அல்லை!' முனகியிருப்பாள் நம் செவிகளில்!

22. வையத்துள் வாழ்வாங்கு வாழும் கலை

எங்கள் வீட்டுக்கு ஒரு கூத்து ஆசிரியர் அவ்வப்போது வருவார். சற்றே மனநலம் பிறழ்ந்தவர். வாசலுக்கு வெளியே நின்று பக்தி இலக்கியங்களில் இருந்து கனிந்த பாடல்களின் சில நல்ல அடிகளைப் பாடுவார். அவருக்கு காசு தருவோம்.

இன்று அதிசயமாக ஒரு குறளைக் கூறினார். அந்தக் குறளை பிறகு கூறுகிறேன்.

நமது மனத் தோட்டங்கள் பூத்துக் குலுங்க நல்ல விதைகள் தேவை. அப்படி நிறைய விதைகளை வைத்திருப்பவர் வள்ளுவர். அவரை சொல்லேறுழுவர் என்கிறார்கள். குறளில் 14,000 சொற்கள் இருக்கின்றன.

உழவர்களின் குதிரில் உணவு தானியங்கள் அதிகம் இருக்கும். விதை தானியங்களோ அளவாகவே இருக்கும். குறளின் சொற்கள் அனைத்தும் விதைகள் !

தமிழ் கி.மு.இரண்டாயிரத்திலேயே முதிர்ந்துவிட்டது. எட்டுத்தொகையும் பத்துப்பாட்டும் பதினெண் மேற்கணக்கு நூல்கள். சங்கம் மருவிய காலத்தில் எழுதப்பட்ட பதினெண் கீழ்க்கணக்கு நூல்களுள் ஒன்று குறள்.

நிலவுடமைச் சமூகம் இறுகியபோது தோன்றிய நூல். ஆகவே லௌகீக வாழ்க்கைக்கு மிக நெருங்கிய நூலாக இருப்பதில் ஆச்சரியம் இல்லை.

இதை சமண இலக்கியம் என்றும் பௌத்த நூல் என்றும் கூறுவோர் உண்டு. சமண இலக்கியங்கள் துறவை பிரச்சாரிப்பவை. பௌத்தம் ஆசையை துறக்கச் சொல்கிறது. ஆனால் குறளோ இல்லறத்தைப் பேசுகிற நூல்.

அந்தக் கூத்து ஆசிரியர்,

'வையத்துள் வாழ்வாங்கு வாழ்பவன் வான்உறையும் தெய்வத்துள் வைக்கப் படும்'

குறளைத்தான் இன்று வாசலில் நின்று ராகமாக பாடினார். என் சிந்தனைக் கதவுகளைத் திறந்து வைத்து சென்றார்.

எந்தை இன்று வானுறையும் தெய்வமாக இருக்கிறார். தமிழர்களிடம் மனிதர்களைத் தெய்வங்களாக்கிப் பார்க்கிற மனப்போக்கு காலம் காலமாக இருந்துவருகிறது.

அப்பர் பெருமான் பாடினாரே 'மண்ணில் நல்ல வண்ணம் வாழலாம்' என்று பாடியதை இங்கு சிந்திக்கலாம்.

நமது பக்தி மரபே இல்லறத்தோடு இணைந்ததுதான். இந்த இல்லற நெறிக்குதான் வள்ளுவன் அறம், பொருள், இன்பம் மூன்றும் பாடினான்.

அறத்துக்கு 380 குறட்பாக்களும் இன்பத்துக்கு 250 குறட்பாக்களும் பாடிய வள்ளுவன் பொருளுக்கு 700 குறள்களை யாத்தான்.

இறைவனை ஈசுவரன் என்கிறார்கள். ஐஸ்வரியம் எனும் வடசொல்லில் இருந்து கிளைத்த பெயர். ஆகவே செல்வம் பற்றி வள்ளுவன் அதிகம் பாடியதில் வியக்க ஒன்றில்லை! ஆனால், கரிகாலன் இன்பத்துப்பாலில் மூழ்கிக்கிடந்த அளவு பொருட்பாலில் கவனம் செலுத்தினான் இல்லை.

நேற்று மருங்கூர் சென்றபோது, பெற்ற தாயை சில கடின சொற்கள் கூற விழைந்தான். தடுத்தாட் கொண்டார் துணைவி தமிழ்.

அம்மா மீதிருந்த கோபத்தை திருப்பி தமிழிடம் காட்டினேன். அவ்விடம் நிதானம் காத்தார். வயது முதிர்ந்த எங்கள் பெரியப்பாவை, சித்தப்பாவை, சின்னம்மாவை, அம்மாவை சிந்து வாங்கிய காரில் அமர வைத்தார்.

எங்கள் மருதக்குடியின் தலைவன் நடுகல் வீரன் தலத்திற்கு அழைத்துச் சென்று, கற்பூரம் ஏற்றி பெரியவர்களின் கால்பணிய வைத்தார்.

வள்ளுவனை வாழ்வின் ஒவ்வொரு கணப்பொழுதிலும் பின்பற்றும் பெருந்தகை தமிழ். இன்று காலை டீ குடிக்க காசில்லை. இறைவனிடம் கையேந்தி காத்திருக்க நேரமில்லை. தமிழிடம் கையேந்தினேன்.

சிரித்தார் தமிழ். அதில் ஆணவமில்லை. ஏளனம் இருந்தது. அது வள்ளுவனின் வேரிலிருந்து பூத்த சிரிப்பு.

'செய்க பொருளைச் செறுநர் செருக்கு அறுக்கும்
எஃகு அதனின் கூரியது இல்'

என்கிறான் அந்தக் கிழவன்.

எனது செருக்கை அவ்வப்போது அறுக்க, இப்படி தமிழிடம் நிறைய கூரிய வேல்கள் இருக்கின்றன!

◘

23. ஃ

நண்பர் ஒருவர் 'ஃ. குறித்து விளக்கம் கேட்டிருந்தார்.

'ஃ. எழுத்து, ஆய்தமா? அயுதமா? ஆயத்தமா?

ஃ காலத்தால் பின் சேர்ந்த எழுத்தா? என மொழியியலாளர்களிடம் விவாதங்கள் தொடர்கிறது!

(சங்க இலக்கியங்களில் ஆயுதம் எனும் சொல் காணப்படவில்லை. எனவே பெரும்பாலர் ஏற்றுக்கொண்டதாக ஆய்தமே திகழ்கிறது)

எது எப்படியிருப்பினும் தமிழுக்கு 'ழ' எப்படி அழகோ, அது போலவே 'ஃ' ம் தமிழை அணி செய்யும் எழுத்தே!

ஃ, உயிர் எழுத்தும் இல்லை. மெய் எழுத்தும் இல்லை. தனியாக நிற்பதால் இதை (ஃ) தனிநிலை என்கிறார்கள்.., எழுத்தில் மூன்று புள்ளிகள் இருப்பதால் இது முப்புள்ளி, முப்பாற் புள்ளி என்றும் அழைக்கப்படுகிறது.

ஆய்த எழுத்தானது தனக்கு முன்னர் ஒரு குறிலையும், பின்னர் ஒரு வல்லின உயிர்மெய் எழுத்தையும் பெற்றே வரும். இவ்வாறு தனித்து வரும் ஆற்றல் இல்லாததினால் இது 'சார்பெழுத்து' என்பர்.

(எ.கா. எஃகு)

பத்துவகை சார்பெழுத்துகளில் இரண்டு ஆய்தம் பற்றியது.

'ஃ. இயல்பாக அரை மாத்திரையில் ஒலிக்கும்போது முற்றாய்தம். (கண் இமைக்கும் நேரம், கை நொடிக்கும் நேரம், ஒரு மாத்திரை ஆகும்) தனக்குரிய அரை மாத்திரையிலிருந்து கால் மாத்திரையில் 'ஃ' ஒலிக்கும்போது அது ஆய்தக்குறுக்கம்.

ஆய்தல் எனும் வினைச் சொல்லில் ‘அல்’ விகுதியாக வருகிறது. ஆய்தம் எனும் பெயர்ச்சொல்லின் விகுதி ‘அம்’. ஆகவே ஆய்தத்தை குறிக்கும் எழுத்தே ‘ஃ’ எனவும் தெளியலாம்.

பழந்தமிழர் பயன்படுத்திய கேடயத்தில் இந்த ‘ஃ’ உள்ளது. பகைவனின் கேடயத்தைக் கடந்து தாக்கும்போது நெஞ்சாங் கூட்டிலிருந்து வருகிற முக்கல் ஒலியிலிருந்து ‘ஃ” பிறந்திருக்கலாமென தமிழியலாளர்கள் கருதுகின்றனர்.

ஈராயிரம் ஆண்டுகட்கு முந்தி நம் தமிழாசான் வள்ளுவன் தன் குறட்பாக்களில் ஆய்தத்தை (ஃ) பயன்படுத்தியிருக்கிறார். சில குறட்பாக்களில் உயிர் எழுத்தைப்போல ஒரு மாத்திரையளவில் ‘ஃ’. பயன்படுத்துகிறார். உதாரணமாக. ‘வீழ்நாள் படாஅமை நன்றாற்றின் அஃதொருவன் வாழ்நாள் வழியடைக்கும் கல்’ எனும் குறளில் ஆய்த எழுத்தை உயிர் எழுத்தைப்போல் ஒரு மாத்திரை ஒலிப்பு கொண்டதாக பயன்படுத்துகிறார். அதேவேளை, ‘நுனிக்கொம்பர் ஏறினார் அஃதிறந்து ஊக்கின் உயிர்க்கிறுதி ஆகி விடும்’ எனும் குறளில், ஆய்தத்தை மெய் எழுத்தைப்போல அரை மாத்திரையளவில் பயன்படுத்துகிறார். இதன் பொருட்டே ஆய்த எழுத்தை கிடைமட்ட வரிசையில் உயிர் எழுத்தின் இறுதியிலும், குத்துவரிசையில் மெய்எழுத்தின் தொடக்கத்திலும் இடம்பெறச் செய்திருக்கிறார்கள்.

குமரிக் கடல் கொண்ட பஃறுளியாற்றில் ‘ஃ’ வருகிறது.

‘எழுத்தெனப் படுப அகரமுதல் னகர இறுவாய் முப்பஃதென்ப சார்ந்துவரல் மரபின் மூன்றலங் கடையே.

அவைதாம், குற்றியலிகரம் குற்றியலுகரம் ஆய்தம் என்ற முப்பாற்புள்ளியும்’ என்கிறது தொல்காப்பியம் ஆகவே ‘ஃ’ பயன்பாடு தமிழ்நிலத்தில் தொல்நெடுங்காலம் இருந்து வந்திருக்கிறது ! சில. பயனுறும் சொற்களை அறிவோம்.

அஃகரம் — வெள்ளெருக்கு

அஃகாமை — குறையாமை ;

அஃகுதல் — குறைதல், சுருங்குதல் நுணுகுதல், குவிதல், நெருங்குதல், வற்றுதல், கழிதல்

அஃகுல்லி — உக்காரி என்னும் சிற்றுண்டி, பிட்டு

அஃகுள் — அக்குள்

அஃகேனம் —ஆய்த எழுத்து ,

அஃது — அஃறிணை ஒருமைச் சுட்டு.

வடமொழியில் நுணுக்கமான ஒலி ‘ஹ’. அதை விடவும் மிக நுட்பமான ஒலியைத் தருவது ஆய்தம் என்கிறார் டாக்டர் மு.வ. ஆய்தம் தன்னை அடுத்து வரும் வல்லின எழுத்துக்களை உரசொலியாக Fricatives மாற்றிவிடுகிறது.

‘ஒய்தல், ஆய்தல், நிழத்தல், சாஅய், ஆவயின் நான்கும் உள்ளதன் நுணுக்கம்’ என்கிறது தொல்காப்பியம். இதன் மூலம் ஆய்தம் எனும் எழுத்து, ஒலியை மென்மையாக்குகிறது என்பதை அறியமுடியும்.

இதன் அடிப்படையில்தான், காஃபி, ஃபேன், ஃபாதர் போன்ற திசைச் சொற்களை நேரடியாக தமிழில் எழுதும்போது, பி, பே, பா, போன்ற எழுத்துகளின் அழுத்தத்தைக் குறைத்து, மென்மையாக்க ‘ஃ’. பயன்படுத்துகிறார்கள்.

மூழ்கும் தோறும் முத்துக்களை அளிக்கும் ஆழி, தமிழ். மூழ்கிச் செல்வந்தராகுங்கள் !

◘

24. அம்மாவை ஞாபகம் கொள்வது

உணவகம் ஒன்றில் காஃபி குடித்தபடி ஃபோனை பார்த்தேன். யூ டியூப் சேனலில் ஒரு காணொலி. அம்மாவைப் பற்றி சிறுவர்கள், இளைஞர்கள், வளரிளம் பெண்கள் பகிரும் காணொளி.

'என் செயினும் தாயின் சிறந்த தமரில்லை' என்கிறது நான்மணிக்கடிகை. அம்மாவைப் பற்றி பேசுகிறபோதே, உணர்ச்சிவயப்பட்டு குரல் உடைகிறார்கள்.

பீச்சில் சுண்டல் விற்கும் சிறுவனாக இருந்தாலும், கார்ப்ரேட் அலுவலகத்தில் பணி செய்யும் யுவதியாக இருந்தாலும், பணிநிறைவு செய்த முதியோராக இருந்தாலும், அம்மாவைப் பேசும்போது கண்கள் பனிக்கின்றன.

நம் வாழ்வின் முதல் சுவையை ஊட்டியவள் அம்மா.

'உண்ண உண்ண தெவிட்டாதே. அம்மை
உயிரெனும் முலையினில் உணர்வெனும் பால்'

என்பான் பாரதி.

நம் எல்லோருடைய அம்மாக்களும் அப்படிதான். எங்கள் அம்மாக்களுக்கு காஃபி போடத்தெரியாது. அப்போது எங்களுடைய வீடுகளில் காஃபி ஃபில்டரே இருந்ததில்லை. வெந்நீரில் காஃபித்தூளைக் கொட்டி அம்மா டிகாஷனைத் தயாரிப்பாள். மார்கழி குளிரில் அது எங்களுக்கு தேவாமிர்தமாக இருந்தது.

முன்பாக எம் அம்மாக்கள் புளிகொண்டு துலக்கிய பித்தளைச் செம்புகளில் பால் கறக்க தொழுவம் செல்வார்கள். கன்றை அவிழ்த்துவிட்டு பால்குடிக்கச் செய்வார்கள். அவை மார்பில்

முட்டி பாலைச் சுரக்க வைக்கும். எங்கள் அம்மாக்கள் போலவே அந்த பசுக்களும் தனது கன்றின்மீது அன்பைப் பொழியக் கூடியவை. செம்பு நிறையும் வேளையில் பசு பாலை அடக்கிக் கொள்ளும். அம்மாவும் எங்களுக்கு பால் கொடுத்தவள்தானே.

சரியான திருட்டுப் பசு என்று செல்லமாகக் கடிந்தபடி கன்றை அவிழ்த்துவிடுவாள். முட்டி முட்டிக் குடித்தக் கன்று பிறகு தோட்டமெங்கும் குதித்தோடும்.

எங்கள் அம்மாக்கள் சினிமாவில் வந்த பண்டரிபாய், கே.ஆர்.விஜயா, சுஜாதா அம்மாக்களைப்போல அவ்வளவு அழகானவர்களோ, நாசுக்கானவர்களோ, புத்திசாலிகளோ அல்லர். அவர்கள் ஒரு பஸ்ஸேறி பக்கத்து நகருக்கு போகத் தெரியாதவர்கள். நாங்கள் வடக்குவெளியில் கிளிமூக்கு மாங்காய்த் திருடி மண்ணில் விழுந்தோம். ஆர்த்தோ படிக்காத அம்மாக்கள் நல்லெண்ணெயைத் தடவி காலை நீவிச் சுளுக்கெடுத்தார்கள். வீங்கிய தசையில் வாதையிலையால் பற்று போட்டுவிட்டார்கள்.

நாகரிகம் அண்டாத வீடுகளில் சதாகாலம் வேர்வையோடும் அழுக்கோடும் வளைய வந்த எங்கள் அம்மாக்களுக்கு ஒரு புடவை எடுக்கத் தெரியாது. கடைக்காரன் கலைத்துப்போட்ட புடவைகளின் முன்னால், திருவிழாவின் மிட்டாய்க் கடைகளில்,எம் சிறியகாசுக்கு எதை வாங்குவதெனத் தெரியாது திகைத்து நின்றோமே! எங்கள் அம்மாக்களும் அப்படிதான், நீங்களே ஏதாவது எடுங்க! என்பார்கள் அப்பாவைப் பார்த்து.

அப்பா எடுத்த சிவப்புக்கலரோ நீலக்கலரோ, அதை எந்த புகாருமில்லாமல் சாமி தெருவுக்கு வருகிற நாளில் கட்டிக்கொண்டு மாவிளக்கு பிசைந்தார்கள். 'என்னத்த இந்த தரமும் மாமாவுக்கு நீலக்கலர்தான் கிடைத்ததா?' எனக் கிண்டல் செய்தார்கள் அண்ணிகள்!

எங்கள் முட்டை மார்க்கைப் பார்த்து, 'உங்க அம்மாகிட்ட கொடுங்க!. பொறிச்சு கொடுப்பாங்க!' என்றார் கணக்கு வாத்தியார். 'வருடம் முழுசும் எம்பிள்ளைக்கு நீ என்னதான் சொல்லிக்கொடுத்த?' அவரிடம் சண்டைக்கு போகமாட்டாள் அம்மா! அவளுக்கும் உலகில் ஒரு அடிமை இருந்ததென்றால் அது மாரியாத்தாதான்! குளித்துவிட்டு ஈரச்சேலையோடு வரும்போது அதைத்தான் திட்டுவாள்!

எங்கள் எல்லாத் தவறுகளுக்கும் ஏழரைச்சனியின் சதியே காரணமென கிளிஜோஸ்யக்காரன் சொன்னதை நம்பிய அப்பாவி அம்மாக்கள்!

அமாவாசைக்கு ஆடிப்பெருக்குக்கென இட்லி சுட்டுத் தரும் அவர்களிடம் பூரிசுட்டுத்தரக் கேட்போம். காக்கா முட்ட ஆயா மாதிரி அவர்களும் சுட்டுக் கொடுப்பார்கள். வாணலியில் புஸ்ஸென்று உப்பப்போகும் பூரிக்காக அடுப்புக்கு பக்கத்திலேயே உட்கார்ந்திருப்போம். அது அப்பளம்போல பொறிந்தது. எடுத்து பிய்த்தபோது ஏதோ கோதுமை மாவில் செய்த அடைபோல இருந்தது. அப்பா அதன் சுவையைப் பாராட்டிக்கொண்டே சாப்பிடுவார்.

டவுனுக்குப் போனால் ஓட்டலில் எங்களுக்கு மட்டும் பூரி வாங்கிக் கொடுத்து, வெறும் பில்லை மட்டுமே கொடுத்த அப்பா அவர்!

பாவம், என்னதான் தெரிந்திருந்தது எங்கள் அம்மாக்களுக்கு? விசேட காலங்களில் கொஞ்சம் பாண்ஸ் பூசி, சாமந்தியோ டிசம்பர் பூவோ சூடி, உதட்டுக்குமேலே அரும்பியிருந்த பூனைமுடிகளை உள்ளங்கையளவு கண்ணாடியில் கவலையோடு பார்த்தவர்கள்.

எப்போதோ அவள் கோவித்துக்கொண்டு பிறந்தவீடு போனாள். பெரியம்மாவோ சித்தியோ சோறுபோட்டார்கள். எங்கள் வயிறு நிறைந்திருந்தது. மனதில் அம்மாவின் கண்ணீர் விழுந்து கொண்டே இருந்தது.

அப்பா கன்றைக் கட்டாமல் விட்டிருந்தார். எங்கள் மாடங்களில் நல்லவிளக்கெரியவில்லை. அடுப்பை ஊதிஊதிப்பார்த்த அப்பாவால் பற்றவைக்க முடியவில்லை. முருகேசன் மாமா கடையில் பொட்டுக் கடலையை வாங்கி வந்து கொடுத்தார்.

தாத்தாவோடு மறுநாள் வந்தாள் அம்மா. தொழுவத்தில் பசு அம்மாவென்றுக் கத்தியது. பெரியப்பாவிடம் 'மகாலஷ்மியைக் கொடுத்திருக்கோம்!' என்றார் தாத்தா. 'எல்லாம் சரியாயிடும் மாமா!' என்பார் பெரியப்பா.

எங்கள் அடுப்பில் தீ எரியும்.

ஒருநாள் மாலைப் பொழுது.

ஒரு பச்சைநாடா வாழைப்பழ சீப்பு வாங்கும்போது அம்மாவின் ஞாபகம் வந்தது. அம்மாவுக்கு இந்தப் பழம் பிடிக்குமே! விரால் மீன் வாங்கி வறுக்கும்போது, மாங்காய் பச்சடி, பால் கொழுக்கட்டை செய்யும்போது, உங்கள் எல்லோரையும் போல்தான், எனக்கும் அம்மா ஞாபகம் வரும்.

கிராமத்து அம்மாக்கள் கிளைபரப்பி, விழுதிறங்கிய ஆலமரம் போன்றவர்கள்.

நர்சரியில் வாங்கிவருகிற குரோட்டன்ஸ் போல கொஞ்சம் மண்ணோடும் கொஞ்சம் ஈரத்தோடும் ஒரு பிளாஸ்டிக் பையில் அவர்களைப் பிடுங்கி எடுத்து வந்துவிட முடியாது.

அவர்களால் வெறும் ஞாபகங்களோடு வாழ முடியாது. அவர்கள் ஆசையாசையாய் வளர்த்த கிடாய்களும், கிடாரிகளும், பசுக்களும், கன்றுகளும் இன்றில்லை. காலியான தொழுவம் கூட இல்லை. இடுகாட்டில் கிடக்கிற ஒரு மண்டையோடு போல அதன் சிதிலம் மட்டுமே மிச்சம் இருக்கிறது. ஆனாலும் அவர்களுக்கு அதைப்பார்த்துக் கொண்டிருக்க வேண்டும்!

விதைநெல் மூட்டையை ஊற வைத்தது, விடியற்காலையில், தலையில் ஈரம் வடிய வடிய, பிள்ளையின் தலையில் தூக்கிவிட்டது, மழைநாளின் அதிகாலையில் நாற்றங்காலில் தேங்கிய நீரை வடியவிட, தூங்கும் கணவனை எழுப்பி அனுப்பியது, புதுநெல்லைக் குத்தி அம்மனுக்கு மாவிளக்குப் போட்டது எல்லாமே இன்று ஞாபகங்களாகிவிட்டன.

வீட்டுக்காரனோடு, பிள்ளைகளோடு சின்னச் சின்ன வரப்புகளில் நடந்தே பழகியவள். அவள் கண்ணுக்கெட்டிய திசைகளில் கண்டதெல்லாம் நெல்லும் கம்பும் சோளமும் எள்ளும் கடலையும். அந்த நிலத்தில் உழைத்துப் பசியெடுத்த எல்லோருக்கும் பெரிய அண்டா நிறைய சோற்றை வடித்து, நாலுமுழ வேட்டியில் கொட்டி ஆற வைத்த மகராசி!

தான் சாப்பிட்டோமா? ஒரு நல்லத் துணி கட்டினோமா? தன்னை, சாப்பிட்டியா? என்று கேட்டார்களா? என்ன உடம்பு சுடுகிறது, 'ஆஸ்பத்திரிக்கு போகலாம் வா!. கூப்பிட்டார்களா? எதையும் யோசிக்கத் தெரிந்ததில்லை அவளுக்கு.

புருஷன், பிள்ளைகள் என்றே ஓடிக்கொண்டிருந்தவள். குடும்பத்தின் மிச்சங்களில் வாழ்ந்தவள். எதுவும் சொல்லாமல் பாதி

வழியில் கட்டியவன் விடைபெறுவான்! என்பதை நினைத்திருக்க மாட்டாள். பிள்ளைகளும் எங்கோ சென்றுவிடுவார்கள்! யோசித்திருக்க மாட்டாள்.

கணவனில்லாத, பிள்ளைகளில்லாத அம்மாக்களின் பகலுக்கு வெளிச்சமில்லை. ராத்திரிக்கு தூக்கமில்லை.

வேர்வையோடும் சன்னமான இருமலோடும் கூட வாழ்ந்தவனை ஒரு போட்டோவில் பார்க்கும்போது என்னத் தோன்றும்?

'புளிக்குழம்பு எனக்கு பிடிக்காதுன்னு தெரியுமில்ல, அப்புறம் ஏன் வச்ச!' தட்டை எட்டி உதைச்ச மகன்தான். அப்படி திட்டியபோதுகூட, சந்தோஷமாகத்தான் இருந்தாள். நம்மிடம் கேட்காமல் பிள்ளை யாரிடம் கேட்பான். அவசரம் அவசரமாக வெங்காயத்தை அறிந்து, மிளகாயை கிள்ளிபோட்டு, காய்களே இல்லாமல் சாம்பார் வைத்து கொடுத்தவள்.

ஃபோனில் அவர்களின் சம்பிரதாயமான விசாரிப்புக்கு பதில் சொல்ல அவளிடம் சொற்கள் இருந்ததில்லை. அம்மாவுக்கு எல்இடி டிவி இருக்கிறது. ஃபிரிஜ் இருக்கிறது. ஏசி இருக்கிறது. வாஷிங் மெஷின் இருக்கிறது. அம்மாவுக்கு என்ன குறைச்சல்! என்றுதான் ஊரில் எல்லோரும் நினைக்கிறார்கள்.

மழை 'சோ' என்று பெய்த ஒரு நாள். அம்மா ஆளுக்கொரு கிண்ணத்தில் சுடு சோற்றை போட்டுக் கொடுத்தாள். தொட்டுக்கொள்ள சுட்ட அப்பளம் கொடுத்தாள். தன் பங்கு அப்பளத்தை முடித்துவிட்டு வெறும் சோற்றை பிள்ளையின் கை துழாவியது. தன்னுடைய அப்பளத்தை கொடுத்தாள் அம்மா.

பிள்ளைகளுக்கு அம்மாவின் ஞாபகம் போதும். அம்மாக்களுக்கோ அவர்களுக்கு தூளி கட்டிய விட்டம், அவர்கள் நடைவண்டி பழகிய தெரு, குடும்பத்தோடு வட்டமாக உட்கார்ந்து சாப்பிட்ட தாழ்வாரம், பொங்கலுக்கு தீபாவளிக்கு குடும்பத்தோடு விழுந்து கும்பிட்ட சாமி படம், கடைசியாக தண்ணீர் மொண்டுவந்து வீட்டுக்காரனை குளிப்பாட்டிய தாமரைக் குளம், தலைமாட்டில் வைத்த நிறை மரக்கால், எல்லாம் தேவை.

குடும்பத்துக்காக ஓடி ஓடி உழைத்து தேய்ந்த அம்மாக்களுக்கு இந்த உழுகுடி வாழ்வு அப்படி என்னதான் மிச்சம் வைத்தது?

ஒரு எல்இடி டிவி, ஒரு ஏசி மெஷின், ஒரு வாஷிங் மெஷின், ஒரு செல்ஃபோன், மாலைபோட்ட புருஷன் படம், ஊருக்குத் தெரிந்தால் பிள்ளைகள் கௌரவம் கெட்டுவிடுமே! யாருக்கும் கேட்காதபடி ரகசியமான அழுகை! தவிர.

யு டியூப் சேனல்காரர், 'எதற்காகவெல்லாம் அம்மாவிடம் சாரி கேட்பீர்கள்? என்கிற கேள்விக்கு ஆளுக்கொரு பதில் சொல்கிறார்கள். எல்லா பதில்களும் கண்ணீரின் குளிரும், அழுகையின் வெப்பமும் நிறைந்தவை.

'எதற்காக அம்மாவுக்கு நன்றி சொல்ல விரும்புகிறீர்கள்?'

எல்லோரிடமும் ஒரே பதில்தான் இருக்கிறது. என்னைக் கேட்டால் நானும் இதைதான் சொல்லியிருப்பேன்.

நான் கொடுத்த எல்லா சிரமங்களையும் அம்மா மறந்தாள். மன்னித்து அவள் எங்களோடே இருக்கிறாள். இதற்காக அவளுக்கு நாங்கள் வாழ்நாளெலாம் கடன்பட்டிருக்கிறோம்!

'ஈன்றாளோடு எண்ணக் கடவுளும் இல்!' என்கிறது தமிழர் அற இலக்கியம் நான்மணிக்கடிகை.

அம்மா செய்ததை தெய்வமும் செய்ததில்லை.

எச்சில் துடைத்து, சளி துடைத்து, சீழ் துடைத்து, மலம் துடைத்து, சகல குற்றங்களையும் துடைத்து, என் அம்மா செய்ததை, எந்த தெய்வமும் செய்ததில்லை.

என் பிள்ளைகள் திருமண வயதில் இருக்கிறார்கள். என் தாயிடம் என்னைப் பற்றி கேளுங்கள்? 'முள் நீக்கி மீன் சாப்பிடத் தெரியாது. கபடு சூது அறியாத பிள்ளை மனம் கொண்டவன். யார் எது சொன்னாலும் நம்பிவிடுவான். இந்த மண்ணில் எப்படி வாழப்போகிறானோ?'

கவலைப் படுவாள். கட்டையில் வேகிற வரை பிள்ளைகளைக் குழந்தைகளாக எண்ணுபவளே தாய்.

என் பதின்பருவத் தவறுக்காக ஒரு நாள் அவள் என் காலில் விழுந்தாள்.

என் நதியும் கடலும் உறைந்தது.

என் மீன்கள் மூச்சுவிடத் திணறின.

காற்று அசைவற்றுப் போனது.

என் பழைய உலகத்தின் கதவுகளைத் தன் கண்ணீரால் மூடினாள்.

என் பிஞ்சுக் கரம் பற்றி புதிய உலகுக்கு அழைத்து வந்தாள் என் அம்மா.

இந்த உலகத்தில் குழந்தைகளின் மேகம் அம்மாவின் முந்தானை. பயிர்களை மழை வளர்த்தன.

வேர்களில் விழுந்த அம்மாவின் கண்ணீர், குழந்தைகளை வளர்த்தன.

தாய் எப்போதும் தெய்வமாக மட்டுமே இருந்தது கிடையாது. பேயாகவும் அடித்திருக்கிறாள். ஆனாலும் குழந்தை, அம்மா நம் கிளைகளை ஒடிக்கவில்லை. முட்களை நீக்குகிறாள்! என்றே எடுத்துக் கொள்கின்றன.

'தாய்உடன்று அலைக்கும் காலையும் வாய்விட்டு அன்னாய் என்னும் குழவி'

என்கிறது குறுந்தொகை.

அம்மாதான் நமக்கு நதிபோல ஓடக் கற்றுத் தந்தாள்.

மலைபோல வளரக் கற்றுத்தந்தாள்.

சைக்கிளிலிருந்தும், ஸ்கூட்டியிலிருந்தும் விழுந்தபோதெல்லாம் நம்மை எழப் பழக்கியவள்.

விழும்போதெல்லாம் அம்மாவின் ஞாபகமே நம்மை எழத்தூண்டுகிறது.

மூக்குத்தியை அடமானம் வைத்து ஃபீஸ் கட்டியவளுக்கு தங்கத்தில் ஒரு சோடி வளையல் வாங்கித்தரவேண்டும். காலமெல்லாம் ஒரு கடைத் தெருவுக்குப் போகாமல் களைவெட்டி படிக்கவைத்தாளே அம்மா, அவளை ஒரு ஃபோத்தீஸுக்கோ, சென்னை சில்க்ஸுக்கோ அழைத்துப்போய், நல்லதாக ஒரு புடவை வாங்கித் தரவேண்டும் என நினைத்திருப்போம்.

அவ்வாறு நினைத்தகாலை, சொல்லாமல் கொள்ளாமல் ஒரு பறவையைப்போல இந்த மண்ணைவிட்டு நீங்கி விடுகிறாள் அம்மா !

அவள் பழைய புடவையில் முகம் புதைத்து, நள்ளிரவில் கண்ணீர் விடுகிறோம்.

'எனக்கு அம்மா இல்லை அண்ணா !'

ஒரு சிறுவன் பிஹைஹண்ட்வுட்ஸில் கலங்குகிறான்.

அம்மா நம் வேர். நம் கிளை.

வேரில்லாத, கிளையில்லாத

அந்தச் சிறுவனின் வெய்யில் என்னை வறுத்தியது.

இந்த மண்ணில் நாம் அநாதைகள் !

என உணர வைப்பது அம்மாவின் மரணம்.

ஆனால், குழந்தைகள் தாங்கள் சாகிறவரை அம்மாவை சாகவிடுவதில்லை.

பத்து மாதம் சுமந்தவளை..

தம்மைக் குழியில் வைக்கிறவரை நினைவில் சுமக்கிறார்கள் பிள்ளைகள் !

◘

25. பாடலில் உயிர்த்தெழும் கவியரசு

முலைப் பால் தந்து உயிர் வளர்த்தாள். எங்கள் அன்னை. தமிழ்ப்பால் தந்து காதல் வளர்த்தவர் ஒருவருண்டு. அவர் கண்ணதாசன்.

கம்பனையும் இளங்கோவையும் பார்த்து வியந்திருக்கிறேன். கவிதை எழுதிப் பார்க்கலாமே என்கிற நம்பிக்கை வந்தது கண்ணதாசனைப் பார்த்துதான்.

ஒரே ஒரு குறளைக் கூட தெரியாதவர்கள் எங்களூரில் வாழ்ந்தார்கள். ஆனால், அவர்களுக்கு மயக்கமா? கலக்கமா? மனதிலே வருத்தமா? தெரியும். எங்களூர்காரர்கள் பலருக்கும் கம்பன் யார்? சேக்கிழார் யார்? ஷெல்லி யார்? வேர்ட்ஸ்வெர்த் யார்? தெரியாது. அவர்களுக்கு கவிஞன் என்றால், அது கண்ணதாசன்தான்.

எட்டாவது படிக்காதவர். சிறுகூடல்பட்டியிலிருந்து எங்கள் மருங்கூர்காரர்கள் மனம்வரை எட்டிப்பிடித்தவர்.

லட்சியங்களோடு வாழ்ந்தவரில்லை. ஆசைகளோடு வாழ்ந்தவர். இலக்குகளைக் தொட்டாரா? தெரியாது கனவுகளை, காதலிகளைத் தொட்டார்.

மீடூ சர்ச்சையில் மாட்டாத காதலன், கவிஞன். உலக வாழ்வில் இச்சை, உடலின் பத்தில் நாட்டம், வெளிப்படைத்தன்மை, அவ்வப் போதைய சூழலுக்கேற்பநிலைப்பாடு களைமாற்றிக்கொள்ளுதல், குழந்தை உள்ளம், இவற்றின் கலவையாய், உணர்ச்சிக்குவியலாய், வாழ்ந்து நிறைந்தவர் கவியரசு கண்ணதாசன்.

கம்பனை, இளங்கோவை எளிமைப் படுத்தி எம்ஜிஆருக்கும் சிவாஜிக்கும் பாட்டெழுதிய செட்டிநாட்டுப் பிள்ளை.

காப்பியடிப்பது படைப்பூக்கத்தின் ஆரம்பநிலை. ஆகவே யாராவது போலச் செய்தால் எடுத்த எடுப்பிலேயே எள்ளி நகைத்து அவர் படைப்பு மனநிலையை கிள்ளி எறிந்திடலாகாது. தங்களுக்கான அழகியலை கண்டுபிடிக்கும்வரை அவர்களுக்கு அவகாசம் தரலாம்.

சில பெரிய ஆளுமைகளிடமே அவர்கள் வியந்த ஆளுமைகளின் தாக்கமிருப்பது உண்டு. ஆப்பிளை கடித்து சாப்பிடுவது ஒரு சுவையென்றால் அதை ஜூஸ் போட்டு குடிப்பது அதைவிடவும் எளிமையானது. அப்படி கண்ணதாசன் வியந்த ஆளுமை கம்பன். கம்பன் தமிழை அவ்வப்போது சினிமா பாடல்களுக்கு ஜூஸ் பிழிந்தவர் கண்ணதாசன்.

'தோள் கண்டார் தோளே கண்டார்;
தொடுகழல் கமலமென்ன
தாள் கண்டார் தாளே கண்டார்
தடக்கை கண்டாரும் அஃதே'

என ராமனின் அழகை வர்ணிப்பான் கம்பன்.

இதையே கண்ணதாசன்

'தோள் கண்டேன் தோளே கண்டேன்
தோளில் இரு கிளிகள் கண்டேன்
வாள் கண்டேன் வாளே கண்டேன்
வட்டமிடும் விழிகள் கண்டேன்'

எனத் திரையிசையில் தித்திக்க வைப்பார்.

'இந்த இப்பிறவிக்கு இரு மாதரைச்
சிந்தையாலும் தொடேன் என்ற
செவ்வரம் தந்த வார்த்தை
திருச்செவி சாற்றுவாய்'

இது ராமனின் காதல் அறம் பேசும் வரிகள்

'உன்னை அல்லால்
ஒரு பெண்ணை இனிநான்
உள்ளத்தினாலும் தொடமாட்டேன்'

இது இல்லற நெறி பேசும் கவியின் வரி.

ராமனிடம் இலக்குவன்,

'நீர் உள எனின் உள மீனும் நீலமும்; நானும் சீதையும் ஆர் உளம் எனின் உளம் அருள்வாய்' என்கிறான்.

குளத்தில் தண்ணீர் இருந்தால்தான் மீனும் பூக்களுமிருக்கும், ராமன் என்கிற நீர்நிலை இல்லையெனில் நானும் சீதையும் எவ்வண்ணம் இருப்போம் என்கிறான்.

இதையே கண்ணதாசன்,

'குளத்திலே தண்ணியில்லே, கொக்குமில்லே, மீனுமில்லே'

என உல்டாவாகப் பாடுவார்.

'முன்னையோர் இறந்தார் எல்லாம்
இப்பகை முடிப்பர் என்றும்
பின்னையோர் நின்றோர் எல்லாம்
வென்றனர் பெயர்வர் என்றும்
உன்னை நீ அவரை வென்று தருதி
என்று உணர்ந்தும் அன்றால்
என்னையே நோக்கி யான்
இந்நெடும் பகை தேடிக் கொண்டேன்'

என மகன் இந்திரசித்திடம் சுயகௌரவமும் வீரமும் சேர

ராவணன் பேசுவதை,

'யாரை நம்பி நான் பொறந்தேன் போங்கடா போங்க'

எனப் பாடுவார் கண்ணதாசன். கோசல தேச வளத்தை

'ஆலைவாய்க் கரும்பின் தேனும்
அரிதலைப் பாளைத் தேனும்
சோலைவாய்க் கனியின் தேனும்
தொடை இழி இறாலின் தேனும்
மாலைவாய் உகுத்த தேனும்
வரம்பு இகந்து ஓடி வங்க'

என கம்பன் தேன் தடவினால்

'பார்த்தேன் சிரித்தேன்

கரிகாலன் | 117

பக்கம் வரத் துடித்தேன்'

எனத் தானும் தேனள்ளித் தருவார் கண்ணதாசன்!

இதுபோல

'இவ்வண்ணம் நிகழ்ந்த வண்ணம்
இனி இந்த உலகுக்கு எல்லாம்
உய்வண்ணம் அன்றி மற்றோர்
துயர் வண்ணம் உறுவது உண்டோ
மைவண்ணத்து அரக்கி போரில்
மழைவண்ணத்து அண்ணலே உன்
கைவண்ணம் அங்கு கண்டேன்
கால்வண்ணம் இங்கு கண்டேன்'
கம்பன் வண்ணம் வைத்தால்
'பால் வண்ணம் பருவம் கண்டு'

என கவியரசும் வண்ணம் பூசுவார்!

'செப்புவதெல்லாம் செந்தமிழாய் வருவதாலே, ஒருவேளை அக்காலம் கம்பன் வீட்டில் கணக்கெழுதி வாழ்ந்தேனோ?' என கவி சொல்வார் செட்டி நாட்டு கவிப்பிள்ளை! தழுவல் இனிது. சுயம் இழக்காது தழுவ காதலோ கவியோ இனிது!

' உள்ளத்தும் உள்ளன் புறத்துள்ளன் என்பவர்க்கு உள்ளத்தும் உள்ளன் புறத்துள்ளன் எம்மிறை உள்ளத்தும் இல்லை புறத்தில்லை என்பவர்க்கு உள்ளத்தும் இல்லை புறத்தில்லைதானே?'

தத்துவ ஆழமுடைய திருமூலரின் கடினத் தமிழை, எளியோரும் சுவைக்கும் வண்ணம் கவியரசர், 'தெய்வம் என்றால் அது தெய்வம். அது சிலையென்றால் வெறும் சிலைதான் உண்டு என்றால் அது உண்டு — இல்லை என்றால் அது இல்லை' எனக் கன்னல் தமிழாக்கித் தருகிறார்!

பெண்ணோடும் மதுவோடும் முக்காடு போட்டு களித்தவரில்லை நம் கவிஞர். ஊரறிய தன் உன்மத்தத்தைப் பாடியவர்!

'ஓர்கையில் மதுவும்; ஓர்கையில் மங்கையரும்சேர்ந்திருக்கும் வேளையில் ஜீவன் பிரிந்தால்தான் நான் வாழ்ந்த வாழ்க்கை நலமாகும்; இல்லையெனில் ஏன் வாழ்ந்தாய் என்றே இறைவன் எனைக் கேட்பான்.'

என வாழ்வைக் கொண்டாடியவர்.

அதேவேளையில் இன்பநிலையின் இன்னொரு விளைவையும் முணுமுணுக்க மறக்காத மகான்.

'நூலிடையின் கீழுந்தி ஆலிலையின் மேல்விழுந்து ஆயகலை கொண்டதொரு காலம். இன்று நோய்வழியில் வந்ததடி ஞானம்!

முத்தமென்றும் மோகமென்றும் சத்தமிட்டு சத்தமிட்டுப்புத்திகெட்டுப் போனதொரு காலம். இன்று ரத்தமற்றுப் போனபின்பு ஞானம்!'

கண்ணதாசன் நமது இரவுகளில் தமிழள்ளித் தந்து உறங்க வைத்தவர். பகல்களுக்கும் தன் பாக்களால் வண்ணம் குழைத்து எண்ணம் நிறைந்தவர். காதல் சொல்லிக்கொடுத்து, மூளையுள்ள பிள்ளையாக இருப்பதைவிட இதயமுள்ள பிள்ளையாய் இருப்பது அவசியமென வளர்த்தவர்.

'வசந்தகால நதிகளிலே வைரமணி நீரலைகள்!' கவியரசு கண்ணதாசன் மூன்று முடிச்சுக்காக எழுதிய அற்புதமான பாடல். அவரது நுணுக்கம், பரிசோதனை முயற்சி மீது மரியாதை கொள்ளவைக்கும் பாடல்களில் இதுவும் ஒன்று.

பா புனைய விரும்பும் பாவலர் ஏனோ தானென்று எழுதிவிடுவதில்லை பாடலை. அதை அழகு செய்ய அணிகளைப் பூட்டுகிறார்கள்.

பழந்தமிழ் இலக்கண நூலான தண்டியலங்காரம் தமிழில் 35 அணிகளைக் கூறுகிறது. சொல்லணியும் கவிதையை சுவைகூட்டும் அணிகளில் ஒன்று.

சொல் அணி 'எதுகை, மோனை, சிலேடை, மடக்கு, பின்வருநிலை, அந்தாதி' என ஆறுவகை அழகுகளைக் கொண்டது . இதில் வசந்தகால நதிகளிலே பாடல் சொல்லணியில் ஆறாவதாக வரும் அந்தாதி அணியில் இழைக்கப்பட்ட பாடல்.

அந்தம் என்றால் முடிவு. ஆதி என்றால் தொடக்கம். முதல் வரியின் ஈற்று சொல் அடுத்த வரியில் முதல் சொல்லாக வரும்படி அமைவதே அந்தாதி!

இப்போது பாடலைப்பார்ப்போம்.

/ வசந்த கால நதிகளிலே
வைரமணி நீரலைகள்
நீரலைகள் மீதினிலே
நெஞ்சிரண்டின் நினைவலைகள் /

/ நினைவலைகள் தொடர்ந்து வந்தால்
நேரமெல்லாம் கனவலைகள்
கனவலைகள் வளர்வதற்கு
காமனவன் மலர்க்கணைகள் /

/ மலர்க்கணைகள் பாய்ந்துவிட்டால்
மடியிரண்டும் பஞ்சணைகள்
பஞ்சணையில் பள்ளி கொண்டால்
மனமிரண்டும் தலையணைகள் /

/ தலையணையில் முகம் புதைத்து
சரசமிடும் புதுக்கலைகள்
புதுக்கலைகள் பெறுவதற்கு
பூமாலை மணவினைகள் /

/ மணவினைகள் யாருடனோ
மாயவனின் விதிவகைகள்
விதிவகைகள் முடிவு செய்யும்
வசந்தகால நீரலைகள் /

நினைவலைகள்/கனவலைகள்/மலர்க்கணைகள்/பஞ்சணைகள்/ தலையணைகள்/மணவினைகள் என ஆதியில் வரும் சொற்கள் அந்தத்திலும் தொடருமிந்த கவியரசரின் அந்தாதியை எம்எஸ்வி, ஜெயச்சந்திரன், வாணிஜெயராம் மூவரும் இணைந்து இழைத்திருப்பார்கள்.

காதலுக்கு கண் இல்லை என்பார்கள்.

ராஜபார்வை படத்தில் கமலுக்கு கண்ணில்லை. கமல், மாதவியின் அழகை வர்ணிப்பதாக அமைந்த பாடலைதான் நேற்றிரவு கேட்டேன். பார்வையற்றவர்கள் யானையைத் தடவி, அது உலக்கையைப் போல் இருக்கிறது. முறத்தைப்போல் இருக்கிறது. எனப் புரிந்தார்கள்.

ஆனால் பார்வையற்ற காதலன் காதலியைக் காண்பது அப்படியல்ல. அவன் ஆன்மாவால் பார்க்கிறான். கண்ணில்லாதவனால் முகர முடியும்தானே! இங்கு கமல் மாதவியை முகர்ந்து, முகத்தை தாமரை என்கிறார். பல்லை முல்லை என்கிறார். இடையைப் பூ உலவும் கொடி என்கிறார்.

அழகே, அழகு எனத் தொடங்குகிறது பாடல். இந்தப் பாடலை எழுதியவர் கவியரசர் கண்ணதாசன். சங்க காலத்தில் பெண்களை கேசாதி பாதம் வரை வர்ணித்தார்கள். இப்படிப் பாடுவது சிற்றிலக்கியத்தில் ஒரு மரபு வகையாக பின்னர் மாறியது.

சங்ககாலத்தில் விறலிகளைப் புகழ்ந்து பாடும் பாணர்களின் குரலை, பெரும்பாணாற்றுப்படை, சிறுபாணாற்றுப்படை, பொருநர் ஆற்றுப்படை நூல்களில் கேட்கலாம்.

இன்றைய திரைப்பட நடிகைகள் போலவே விறலிகள் தங்கள் உடல் வனப்பைப் பேணிக்காத்திருக்க வேண்டும். அவர்களுக்குப் பொற் பூவைப் பரிசிலாகத் தந்தனர். இப்படி விறலிகள் அழகைப் பாடும், பாணர்கள் அவர்களை தலையில் இருந்து கால்நோக்கி வர்ணித்துப் பாடினார்கள்.

இதுதான் கேசாதி பாதம்.

'அறல் போல் கூந்தல்,
பிறை போல் திரு நுதல்,
கொலை வில் புருவத்து,
கொழுங் கடை மழைக் கண்,
இலவு இதழ் புரையும்
இன் மொழித் துவர் வாய்,
பல உறு முத்தின்
பழி தீர் வெண் பல்,
மயிர் குறை கருவி

மாண் கடை அன்ன
பூங் குழை ஊசற்
பொறை சால் காதின்,
நாண் அடச் சாய்ந்த
நலம் கிளர் எருத்தின்,
ஆடு அமைப் பணைத் தோள்,
அரி மயிர் முன்கை,
நெடு வரை மிசைய
காந்தள் மெல் விரல்,
கிளி வாய் ஒப்பின்
ஒளி விடு வள் உகிர்,
அணங்கு என உருத்த
சுணங்கு அணி ஆகத்து,
ஈர்க்கு இடை போகா
ஏர் இள வன முலை,
நீர்ப் பெயர்ச் சுழியின்
நிறைந்த கொப்பூழ்,
உண்டு என உணரா
உயவும் நடுவின்,
வண்டு இருப்பு அன்ன
பல் காழ் அல்குல்,
இரும் பிடித் தடக் கையின்
செறிந்து திரள் குறங்கின்,
பொருந்து மயிர் ஒழுகிய
திருந்து தாட்கு ஒப்ப
வருந்து நாய் நாவின்,
பெருந் தகு சீறடி,
அரக்கு உருக்கு அன்ன
செந் நிலன் ஒதுங்கலின்,
பரல் பகை உழந்த
நோயொடு சிவணி,
மரல் பழுத்தன்ன
மறுகு நீர் மொக்குள்

நன் பகல் அந்தி
நடை இடை விலங்கலின்,
பெடை மயில் உருவின்,
பெருந் தகு பாடினி'

(பொருநர் ஆற்றுப்படை, 25—47)

இது கேசாதிப்பாதம் முறையில் விறலியின் அழகைப் பாணன் புகழும் பாடல்.

கேசாதி பாதம் முறைமையில்தான் 'அழகே அழகு. பாடலை கவியரசர் எழுதியிருப்பார்.

இப்போது கண்ணதாசனின் பாடலைக் கேட்போம்.

'அழகே அழகு தேவதை
ஆயிரம் பாவலர் எழுதும் காவியம்
கூந்தல் வண்ணம் மேகம் போல
குளிர்ந்து நின்றது
கொஞ்சுகின்ற செவிகள் ரெண்டும்
கேள்வியானது
பொன்முகம் தாமரை
பூக்களே கண்களோ
மனக்கண்கள் சொல்லும் பொன்னோவியம்
சிப்பி போல இதழ்கள் ரெண்டும்
மின்னுகின்றன
சேர்ந்த பல்லின் வரிசை யாவும்
முல்லை போன்றன
மூங்கிலே தோள்களோ
தேன்குழல் விரல்களோ
ஒரு அங்கம் கைகள் அறியாதது
பூ உலாவும் கொடியைப் போல
இடையைக் காண்கிறேன்

போகப் போக வாழை போல
அழகைக் காண்கிறேன்
மாவிலை பாதமோ
மங்கை நீ வேதமோ
இந்த மண்ணில் இது போல் பெண்ணில்லையே!'

சினிமா ஒரு வணிகம்தான். ஆனாலும் அதில் இலக்கியம் குழைத்து தமிழரை சங்கம் பயில வைத்தவர் கண்ணதாசன்.

சிலருக்கு மரணம் கிடையாது. ஏசுநாதர் உயிர்த்தெழுந்ததாகக் கூறுகிறார்கள். தமிழர்களின் டிவியில், யு டியூபில், ஒவ்வொரு நாளும் கவியரசு உயிர்த்தெழுகிறார்.

◘

26. வாளால் அறுத்துச் சுடினும்

நாம் விசித்திரமானவர்கள்.

ஒரு அறுவை சிகிச்சை தோல்வியடைந்தால் மருத்துவரை சபிப்போம். வெற்றியடைந்தால் கடவுளுக்கு நன்றி சொல்வோம்.

மாதவிலக்கென்று தெய்வங்களும் விலகி நின்றன. ஒரு டாக்டர்தான் நம் பெண்ணுறவுகளின் உதிரப் போக்கை நிறுத்தினார்.

மனைவியும் அறியாத ரகசிய நோய்களை மருத்துவரிடம் காட்டியவர்கள் கணவர்கள். கணவனால் பார்க்க முடியாத கருப்பையையும் பார்த்தவர் மருத்துவர்.

அன்பினால் செய்த நோயை, அறியாமையால் வாங்கிய வலியை, அறிவியலால் குணமாக்கியவரே மருத்துவர்.

தொந்தரவாக இருந்த வலியை அகற்றி தூங்கச் செய்தவர்கள் மருத்துவர்கள். ஆனாலும் கோவிட் பரவலின்போது, மருத்துவர்கள் இறுதி உறக்கத்துக்கு இடையூறு செய்தது சமூகம்.

நமது காயங்களை மூடியவர்களை காயப்பட வைத்தோம். நமது கண்ணீரைத் துடைத்தவர்களை அழ வைத்தோம். தொட்டால் ஒட்டும் எனத் தெரிந்தும் நம் உறவுகளைத் தொட்டதால் மரணத்தை தொட்டார்கள் மருத்துவர்கள்.

இந்தியாவில் சாதாரண மனிதர்களின் சராசரி ஆயுட்காலம் 70 ஆண்டுகள். ஆனால் மருத்துவர்கள் சராசரி வாழ்நாளோ 59 ஆண்டுகள்தாம்.

மருத்துவர்களுக்கு சரியான தூக்கமில்லை. அமைதியான வாழ்க்கை முறையில்லை. அவர்கள் உறவுகளோடு கழித்த

பொழுதுகளை விடவும், நோயாளிகளோடு கழித்த பொழுதுகளே அதிகம். வேளா வேளைக்கு சாப்பிட முடியாது. பதற்றமான பணிச் சூழல். விளைவு, உயர் குருதி அழுத்தம், நீரிழிவு நோய்க்கு ஆளாகிறார்கள் மருத்துவர்கள்.

ஒவ்வொருமுறை மருத்துவமனை செல்லும்போதும் நம் இதயத்தைத் தொட்டவர்கள் மருத்துவர்கள். அவருக்கு நம் இதயத்தில் இடம் தரவேண்டாம். கல்லறையில் இடம் தருவதை தடுத்தோமே. நியாயமா?

இன்னும் கோவிட் அச்சம் விலகாத சூழல். இந்நிலையில்தான் மருத்துவர்களை நினைவு கொள்ள வைக்கிறது ஜூலை மாதம்.

ஆம் ஜூலை. ஆம் தேதியை இந்தியா மருத்துவர்கள் தினமாக கொண்டாடுகிறது.

உலகம் மார்ச் 30 இல் மருத்துவர்கள் தினத்தை கொண்டாடும்போது, இந்தியா மட்டும் ஏன் ஜூலை ஒன்றில் மருத்துவர்கள் தினத்தைக் கொண்டாடுகிறது?

பீகார் மாநிலத்தில் உள்ளது பாங்கிபோர். 1882, ஜூலை 1—ம் தேதி இங்கு பிறந்தவர்தான் பிதான் சந்திரா ராய்.

இவர்தான் பிற்காலத்தில் புகழ்பெற்ற மருத்துவராக அறியப்பட்ட பி.சி.ராய். ஏழை மக்களுக்கு இலவசமாக மருத்துவம் செய்தவர். இதன் பொருட்டு தன் வீட்டையே மருத்துவ மனையாக மாற்றினார்.

காந்தியடிகளுடன் சுதந்திரப் போராட்டத்தில் கலந்து கொண்டவர். இந்திய தேசிய காங்கிரசின் தலைவர்களுள் ஒருவர். மேற்கு வங்கத்தின் முதல்வராகப் பதவி வகித்தவர். முதல்வர் பணியோடு, மருத்துவப் பணியையும் சேர்த்தே கவனித்தவர் ராய்.

இப்படி மக்கள் மருத்துவராகத் திகழ்ந்த பி.சி. ராய் அவர்களின் நினைவைப் போற்றும் வகையில்தான் ஆண்டு தோறும் ஜூலை முதல் நாளை, இந்தியா மருத்துவர்கள் தினமாகக் கொண்டாடுகிறது. அதேவேளை, மக்களுக்கு சிறந்த வகையில் சேவை புரியும் மருத்துவர்களுக்கு இந்திய அரசு பி.சி. ராய் நினைவு விருதும் அளித்து கௌரவிக்கிறது.

'வாளால் அறுத்துச் சுடினும் மருத்துவன் பால் மாளாத காதல் நோயாளன் போல்; மாயத்தால் மீளாத் துயர் தரினும்

வித்துவக்கோட்டம்மா நீ ஆளா உனது அருளே பார்ப்பன் அடியேனே !' மருத்துவர்கள் குறித்துக் கசிந்துருகிப் பாடுகிறார் குலசேகர ஆழ்வார்.

இத்தகைய மரபில் வந்த தமிழ்ச் சமூகம் உணர்ச்சி வயப்பட்டு, மருத்துவர்கள் மீது தாக்குதலில் ஈடுபடுவதையும் ஊடகங்கள் வழி கவனிக்கிறோம். இத்தகையப் போக்கு மாறவேண்டும்.

நம் அனைவரிடமும் டாக்டர்களிடம் சொல்ல உன்னதமான வார்த்தைகள் இருக்கின்றன.

'டாக்டர், இந்த உலகின் மிக கடினமான தருணங்களிலிருந்து நீங்கள் என்னை அழைத்து வந்திருக்கிறீர்கள்.

என் இறுதி விநாடியை நான் கடந்துபோக உதவியிருக்கிறீர்கள்.

உங்கள் உள்ளம் மென்மையானது. உங்கள் செயல்கள் உறுதியானவை.

நீங்கள் அருகில் இருக்கும்போது, கடவுளுக்கு அருகில் அமர்வதுபோல் உணர்கிறோம்.

நாங்கள் வேறெவரிடத்திலும் இப்படி எங்களை ஒப்படைத்ததில்லை. இந்த அளவு நிர்வாணமாக, இந்த அளவு நாற்றத்தோடு, இந்த அளவு அசூசையோடு, நினைவு தப்பிய நிலையில் உங்களிடம் எங்களை ஒப்படைத்தோம்.

அன்னை தெரசாவைப்போல் நீங்கள் நெருங்கினீர்கள். தொட்டீர்கள். சொஸ்தமாக்கினீர்கள் !

வைரஸ் பரவிய வேளையில் முன்களப் பணியாளர்களாக நின்று போராடினீர்கள். உங்கள் இன்னுயிரை ஈந்தீர்கள். உங்களை கனிவோடு எதிர் கொள்கிறோம். நன்றியறிதலோடு நினைவு கொள்கிறோம் !'

◼

27. விதைத் திருவிழா

ஆடி என்பது தள்ளுபடிக் காலம் அல்ல. அது தென் மேற்கு பருவக்காற்றில் திரண்ட மேகங்கள் உழுகுடிகளின் உள்ளத்தை நனைக்கும் மாதம். கடலையும் தட்டைப்பயறும் புஞ்சைக்காடுகளில் பூக்களால் புன்னகை சிந்தும் மாதம்.

எம்மூதாதைகள் வாழ்ந்த மருங்கூர் வீட்டில் பெரிதாய் நகை, பணம், காசு இருந்ததில்லை. அதேவேளை, ஒருபோதும் ஏழ்மை எம்மிடம் இருந்ததில்லை. தொழுவம் நிறைய நாட்டுப் பசுக்கள் இருந்தன. அடுக்களை நிறைய பானைகள் இருந்தன.

ஒவ்வொரு பானையிலும் கம்பு, சோளம், வரகு, கடலை, உளுந்து, பாசிப்பருப்பு, புடலை, அவரை, பீர்க்கு விதைகள் நிறைந்திருந்தன.

எங்கள் இல்லத்தில் பெண்களும் பிள்ளைகளும் புளிய விதைகள், வேம்பு விதைகள், இலுப்பை விதைகள் கொண்டு விளையாடினார்கள். ஆடி மாதத்தில் விதைகள் அள்ளிக் கொடுத்த எங்கள் அன்னையரின் உள்ளங்கைகளில் பச்சையம் படர்ந்திருந்தது. விதைகள் அவர்களது விரல்களை தாவரங்களாக்கியிருந்தன.

கூரைகளில் சுரைக்கொடிகள் ஏறிப்படர்ந்திருந்தன. தோட்டத்து நுணாவில் பீர்க்கு காய்த்தது.

காய்களை அம்மா பறிக்க, ஹெர்பேரியத்தில் ஒட்ட அவரைப் பூக்களை அக்கா பறித்தாள்.

எல்லா வீடுகளிலும் நூறு வகை விதைகளாவது இருந்தன. அடுக்குப்பானைகளிலிருந்து அம்மாக்கள் அவரை, புடலை,

பீர்க்கு, பாகல், சுரை என விதைகளை எடுக்கும் மாதம். விதை முளைக்கும் அறிவியலை சிறுகுடிப் பிள்ளைகளுக்கு அவர்கள் தோட்டங்களிலிருந்தே இயற்கை சொல்லித் தருகிற மாதம்.

தினந்தோறும் கண்விழித்ததும், தன் அம்மா ஊன்றிய விதைகள் கண்மலர்ந்தனவா ? ஓடிப்பார்ப்பார்கள் கிராமத்து சிறுவர்கள். ஒரு விதை கண்விழித்து இந்த நிலத்தில் தேவதையைப்போல வளரும் அழகை கண் விரியப் பார்த்து பருகுவார்கள்.

விதை, நீரை, காற்றை, வெப்பத்தை உண்டு அளவற்ற ஆற்றலோடு பந்தர்களின்மீது, அருகிலிருக்கும் மரங்களின்மீது, கூரைகளின்மீது ஏறிப்படர்ந்து தனது பச்சைப் பலன்களை மனிதர்களுக்கு அளிப்பதைப் பார்த்து வியந்தவன்.

மூங்கில்களைப் பிளந்து குரவர்கள் பின்னிய கூடைகள் சாணத்தால் மெழுகப்பட்டு விவசாய வீடுகளில் இருக்கும். அத்தகைய கூடைகளில் அவரையை, கத்தரியை, தக்காளியை தோட்டத்திலிருந்து பெரும் செல்வமாக எடுத்து வருவார்கள் அம்மாக்கள். கத்தரிமேட்டு கடலை வயல்களின் வாய்க்கால்களிலிருந்து முள்ளங்கியைப் புளிச்சைக் கீரையைப் பிடுங்கி வருவார் அப்பாக்கள்.

நிலங்கள் தந்த பரிசுகளில் அடுப்பங்கரைகள் மணந்த பொற்காலமது!

தமிழ்க்குடிகளின் வாழ்வு விதை களிலிருந்து விளைந்தது. அதனால்தான் ஆடியில் பெருகிவந்த வெள்ளாற்றில் நமது உறவுகள் முளைப்பாறிகளை விட்டு மகிழ்ந்தனர். நதியும் விதையும் இரு கண்களாகக் கொண்ட தமிழ் வாழ்வின் அடையாளங்கள் இவை.

ஒரு விதை தனக்குள் அதன் பாரம்பர்யத்தை, பண்பாட்டை வைத்திருந்தது.

ஒரு நல்லவிதை முளைத்து எழ சூழலில்லாதபோது, அது தன் இனம் அழிந்துவிடக் கூடாதே என ஆண்டுக் கணக்கில் உறங்கத் தொடங்கிவிடுகிறது. தன் மீது முதல் மழைத் துளி விழுந்தால், சூரியன் அதன் விதைமுடியைத் தட்டினால், அது தாழ்திறக்கிறது !

இந்த விதையைப் பிடுங்கினால் மூன்றாம் உலகின் நிலங்கள் கருக்கொள்ளாது. மலடாகிவிடும் என ஏகாதிபத்தியம் சிந்தித்தது. விதைகளில்லாத திராட்சைகளை குஞ்சு பொறிக்காத

கரிகாலன் | 129

முட்டையிடும் கறிக்கோழிகளை செய்யும் அறிவியலைக்காட்டி ஏமாற்றியது.

நமது பந்தர்களேறி படர்ந்த புடலங்காய்கள் பச்சை அரவங்களைப்போல் நீண்டவை. ஆனால் சந்தையோ அதை நெகிழிப் பைக்குள்ளெடுத்துச் செல்ல ஏதுவாக சிறியதாக்கித் தந்தது. நமது கூரைகளில் விளைந்த பீர்க்குகள் சிறியவை. சந்தையோ அதை நீளமாய்க் காட்டி நம்மைக் கவர வைத்தது. மரபீனி அறிவியல் நம் நிலங்களை உடல்களை ஒரு சேரக் கெடுத்தது.

விதைகளிருந்த எங்கள் கரங்களில் ரிமோட்டை கொடுத்தார்கள். சுரை ஏறிப் படர்ந்த கூரைகளில் ஆன்டெனா வளர்ந்தது.

குழந்தைகளுக்கு நூடுல்ஸ் கொடுத்தார்கள். அவர்களுக்கு விதைகள், கதைகள் இரண்டுமே இல்லை. விதைகள் இல்லாத காய்களை, கனிகளை சாப்பிட்டார்கள்.

குஞ்சு பொறிக்காத கோழிகளும், சதைக்காக வளர்க்கப்படும் ஆடுகளும் எங்கள் சமையலறைக்குள் நுழைந்தபோது, வயதான மனிதர்களிடமிருந்து பஞ்ச தந்திரக் கதைகளை இழந்திருந்தோம்.

கீழடி பானைகளை பெருமையோடு கொண்டாடும் இதே காலத்திற்கு சற்று முந்திதான், நம் வாழ்வின் கடைசி தாழி உடைந்து போனது.

விதைகள் அள்ளித்தந்த வாழ்வு முடிந்தது. பச்சையம் சூடிய விரல்களுக்கு நகப்பூச்சு தயாரித்தார்கள்.

இவ்வாறு விதைகளைப் பிடுங்கி உழுகுடிகளின் விதிகளை மாற்றியதன் பின்னால் இருப்பது அரசியல். இன்று நாடெங்கும் கருத்தரிப்பு மையங்கள். நாமும் நமது மண்ணும் மலடானதற்குப் பின்னால் விதைகளின் கண்ணீர் சரித்திரம் இருக்கிறது.

விதைகளை மீட்பது நமது மூதாதையரின் சுயமரியாதையை, அவர்கள் கையளித்த பண்பாட்டை, தமிழர்தம் பெருமிதத்தை, வளமான வாழ்வை, இயற்கையை மீட்பதாகும். இச்சூழலில்தான், ஆடி மாதத்தில் பெரும்பாலான நகரங்களில் உழவர் அமைப்புகள் விதைத் திருவிழாக்களைக் கொண்டாடுகின்றன. இவ்விழாக்களில் நம் பாரம்பரிய விதைகளை சேகரம் செய்து காட்சிக்கும் விற்பனைக்கும் வைக்கப்படுகின்றன. இவ்விதைகளில் நம் மூதாதைகளின் உள்ளங்கை ரேகைகளிருக்கிறது. அவர்களின்

வேர்வைக் கவுச்சி இருக்கிறது. எல்லாவற்றிற்கும் மேலாக, விதைகள் நம் ஆதிச் சொந்தங்களின் விழிகள். அதில் அவர்கள் கண்ட கனவுகளிருக்கின்றன.

இப்படி ஒரு விதைத் திருவிழாவை திருமுதுகுன்றத்தைச் சேர்ந்த உழவர் அமைப்பு தோழர்கள் சமீபத்தில் நடத்தினார்கள். அதில் கலந்துகொண்டேன். திருவாசகம் பாடி விழா தொடங்கப்பட்டது. பறையிசை ஒலித்தது. ஒரு காலத்தில் எங்கள் வயல்களில் விளைந்திருந்த காட்டுயானம், இலுப்பைப் பூ சம்பா, கருங்குருவை, கருப்பு கவுனி, குடவாழை, குள்ளக்கார், பூங்கார், மல்லியப்பூ சம்பா கதிர்களை கைநடுங்க தொட்டுப்பார்த்தேன்.

நாட்டுச் சக்கரை, பனைவெல்லம், மலைத்தேன், துணிப் பைகள், மூலிகைச் சாறு என்னை மயங்க வைத்தன. உழவர்கள் பச்சைத் துண்டணிந்து வலம் வந்தார்கள்.

ஒரு நாள் மருங்கூர் வீட்டில் எங்கள் பழைய கலப்பையை தேடினேன். செல்லரித்திருந்தது. என் பாட்டனின் கைரேகை பதிந்த கலப்பை. எங்கள் குப்புசாமி பெரியப்பாவிடம் நிறைய கதைப் பாடல்கள் இருந்தன. அல்லி அர்ச்சுனன், நல்லதங்காளென முன்னிரவில் அவர் பாடுவதைக் கேட்க வாசலில் கூடுவோம்.

எங்கள் பூராசாமி பெரியப்பாவிடம் விதைப்பாடல்கள் இருந்தன. எந்த விதையை எப்பருவத்தில் தூவ வேண்டும்? கதைகதையாய் சொல்வார். எங்கள் சோமு தாத்தாவுக்கு மழைக்குறியும், பசுமாட்டு சுழியும் தெரியும். இவர்கள் எல்லாம் செல்வங்கள், இவர்களெல்லாம் விதைகள், என்று தெரியாமல் வெள்ளாற்கரையில் புதைத்தோம். இவர்களில் சிலர் முளைத்து எழுந்து நடமாடியதை இவ்விழாவில் பார்த்தேன்.

உழுகுடிகளை வாழ்த்த என்னிடம் சொற்களில்லை. கண்ணீர் மட்டுமே இருக்கிறது. நான் உள்ளே நுழைந்ததோ வெளியேறியதோ, நண்பர்களுக்குத் தெரியாது.

மணப்பாறை கத்திரிக்காய், பச்சை கத்திரி, பாலக்கீரை, கொத்தமல்லி, சிவப்பு தண்டுக்கீரை, பச்சை தண்டுக்கீரை, பருப்பு கீரை, அரை கீரை, சிறு கீரை, இப்படி கொஞ்சம் விதைப் பொட்டலங்களோடு வெளியேறினேன்.

◘

28. பிவிஆரும் லஷ்மி டாக்கீஸும்

நேற்று காலை EA மாலில் நண்பர் அசோக்குடன் ஒரு சந்திப்பு. அசோக் சுவாரஸ்யமானவர். தெளிந்த அரசியல் பார்வையுடையவர். நல்ல சினிமா குறித்த கனவுகளோடு இருப்பவர். நேரம்போவதே தெரியாமல் ரசனையாக பேசும் இயல்பினர்.

குக்கி மேனில் காஃபி குடித்தோம். ரெஸ்ட்ரூம் போக வேண்டும் போலிருந்தது. தரைத் தளம் போவோமா. என்றேன். எதற்கு? எஸ்கேப் ரெஸ்ட் ரூம் போவோம். என்றார் அசோக்.

செக்யூரிட்டி காதலியைத் தடவுவதுபோலத் தடவினார்.

கூச்சத்தில் நெளிந்தேன்.

ரெஸ்ட் ரூமில்கூட நறுமணம் தவழ்கிறது.

கோப்ரா இடைவேளை போல. திமுதிமுவென கூட்டம் பாப்கார்ன் க்யூவில் நின்றது.

இந்த எல்லா காட்சிகளையும் அலட்சியமாகப் பார்த்தேன்.

என்ன, பெரிய பிவிஆர்?

என்ன, பெரிய சத்தியம் சினிமாஸ்?

சின்ன வயதில் நாங்கள் மாட்டு வண்டி கட்டிப்போய் அடிமைப்பெண் பார்த்தோமே லஷ்மி டாக்கீஸ் அதை விடவா இவை உயர்ந்தவை?

அம்மா, பெரியம்மா, சின்னம்மா, அக்காக்கள், அண்ணிகள், அப்பா, பெரியப்பா, சித்தப்பா, அண்ணன்களென நாங்கள் சினிமாவுக்கு கிளம்புவதே அவ்வளவு அழகாக இருக்கும்!

ஸ்ரீமுஷ்ணம் லஷ்மி டாக்கீஸ்

எங்கள் பண்பாட்டின் ஓர் அங்கம்.

சித்தப்பா மாட்டு வண்டியில் வைக்கோலைப் பரப்பி ஜமுக்காளத்தை விரித்திருப்பார்.

வெள்ளாற்றைக் கடக்கும் அந்தி வேளையில் கள்வர்கள் தங்கள் இரட்டைவட தங்க செயினை பறித்துக் கொள்வார்களோ! எனும் பயத்தில் பெண்கள் சேலையால் தலையை மூடிக்கொள்வார்கள்.

சிறிய ஓடைகளை, நதியை, வயற்காடுகளைக் கடந்து, மருங்கில் பனைகளடர்ந்த பாதையில் எங்கள் மாட்டு வண்டி குதித்து செல்லும்.

காளைகளின் கழுத்துகளில் கட்டப்பட்ட சதங்கைகள் ஜதியெழுப்ப, மாலைப்பறவைகள் இசையெழுப்ப, வானத்தில் அந்தி, வர்ணஜாலம் காட்ட! ஏதோ, நாங்கள் சொர்க்கத்தை நோக்கிப் போவதுபோலத் தோன்றும்.

லஷ்மி டாக்கீஸ் மரப்பெஞ்ச்சில் இடம் பிடித்து அமரும்போது, அரியணையில் அமர்ந்த கரிகால் பெருவளத்தானோ, இராஜராஜசோழனோ அடையாத மகிழ்வை நாங்கள் அடைந்தோம்.

திரையில் நாங்கள் அணியாத ஆடைகளை எம்ஜியாரும் நம்பியாரும் சரோஜாதேவியும் பத்மினியும் லதாவும் அணிந்திருந்தனர்.

நாங்கள் அதுவரை பார்த்திராத உணவுகளை அவர்கள் சாப்பிட்டார்கள். நாங்கள் வெட்கப்படும்படி அவர்கள் காதலித்தார்கள்.

நாங்கள் தொட்டுப் பார்த்திராத துப்பாக்கிகள் அவர்களிடமிருந்தது. எம்ஜிஆரால் முடியாதது இந்த உலகில் எதுவுமே இல்லை!யென பெரியவர்கள் பேசிக்கொண்டார்கள்.

இந்த தியேட்டரில்தான் லதாவிடமிருந்து எங்கள் பெண்கள் உள்பாடி (ப்ரேசியர்) போடக் கற்றுக்கொண்டார்கள். ஸ்ரீதேவியைப்போல் லக்ஸ் சோப் போட்டுக் குளிக்கப் பழகினார்கள்.

சிவாஜியிடமிருந்து அழுகையையும், எம்ஜியாரிடமிருந்து சிலம்பத்தையும் கற்றார்கள்.

கேஆர் விஜயா அம்மன் வேடம் போட்டபோது எங்கள் அண்ணிகள் சாமி வந்து ஆடினார்கள்.

லஷ்மி தியேட்டரை விலக்கிவிட்டு எங்கள் வாழ்க்கையைப் பார்த்தால், கன்னம் ஒடுக்கு விழுந்த கிழவிகள், ஒழுங்கிகளில் பூத்த அரளிப்பூ, வடக்குக்காட்டு புழுதி, அம்மன் கோவில்மேட்டு கரிச்சான் பறவையின் கண்களில் வழிந்த வெய்யில், தவிர வேறு என்ன இருக்கிறது?

நாட்கள் வளர நாங்களும் வளர்ந்தோம். வளர்ந்து என்ன பிரயோசனம்? அறியாமையும் அப்பாவித்தனமும் நிறைந்த கிராமத்து சனங்களாக இருந்தபோது வண்டிகட்டி லஷ்மி தியேட்டர் போன சந்தோஷத்தை அல்லவா இழந்தோம்.

உள்ளங்கையளவு கண்ணாடியில் முகம் பார்த்து, குட்டிகுரா பவுடர் பூசி, இருப்பதிலேயே பளிச் சென்ற சட்டையை போட்டு, லஷ்மி டாக்கீஸ் கவுண்டர் வரிசையில் டிக்கெட் எடுக்க நிற்கும்போது அடைந்த சந்தோஷத்தை வாழ்க்கை எங்களுக்கு இன்னொருமுறை தந்துவிடுமா? தெரியவில்லை.

முறைப்பெண்களுக்கு ரகசியமாக காளிமார்க் கலரும் முறுக்கும் வாங்கித் தந்து, எம்ஜியார் மஞ்சுளாவைக் கட்டிப்பிடிக்கும்போதெல்லாம், எங்கள் அஞ்சலைகளை திருட்டுத் தனமாகப் பார்த்த கிளுகிளுப்பை, எந்த ஓடிடியால், எந்த மல்ட்டி பிளக்ஸ் தியேட்டரால் வழங்க முடியும்?

சினிமா என்பது வெறும் எம்ஜிஆர், சிவாஜி, முத்துராமன், ஜெய்சங்கர் கிடையாது. அது எங்கள் உறவுகளை நெருக்கமாக்கிய இடம். முத்துக்கு முத்தாக பாட்டு தியேட்டரில் ஓடியபோது, தங்கள் அண்ணன்களை கடுஞ்சொல் கூறிவிட்டோமே! என சித்தப்பாக்கள் கலங்கி கண்ணீர் விட்டார்கள்.

மணமகளே மருமகளே வா வா, பாடலைப் பார்த்துக் கொண்டிருந்தபோது புருஷன் வீட்டில் வாழப்போன தங்கள் மகள்களை எண்ணி நெகிழ்ந்தார்கள் மகிழ்ந்தார்கள்.

சினிமா பார்த்து வீடு திரும்பும்போது அண்ணிகளும் அம்மாக்களும் தங்கள் வருத்தங்களை மறந்து சாடை மாடையாக பேசிக் கொண்டார்கள்.

இழந்த வாழ்வை, காலத்தை, உறவுகளை, மீட்டு, மனசின் மேற்பரப்புக்கு கொண்டு வந்த இடம் லஷ்மி டாக்கீஸ்!

கொஞ்சநாட்களுக்கு முன் எனக்கு லஷ்மி டாக்கீஸைப் பார்க்க வேண்டும்போல் தோன்றியது.

ஏதோ, சொந்தக்காரர்களைப் பார்க்கப்போவதுபோல போனேன்! அதை மூடியிருந்தார்கள்.

அந்தத் தியேட்டரின் சிதைவில் நாங்கள் இழந்த பெருவாழ்வும் இருந்தது.

அந்த திரையரங்கிற்கு, நான் யார்யாருடன் வந்தேனோ, அவர்கள் எல்லோரும் நோய்கூடி கிழப்பருவமெய்தி முடங்கிவிட்டார்கள். எந்தையும் மறைந்தார்.

கீழடியிலிருந்து, ஆதிச்சநல்லூரிலிருந்து மீள்வதுபோல் திரும்பினேன். என்னை, எங்கள் பண்பாட்டை சிறிதளவும் தொடமுடியாது இந்த பிவிஆர், எஸ்கேப், சத்யம் பளபளப்புகளால்_ வாசனையால்!

கண்ணீர் வழியும் இக் கண்களால், இந்த உலகத்தில் காண, இனி எந்த அதிசயங்களும் இல்லை.

இருக்கிற இழப்புகளிலேயே மோசமானது, பால்யத்தை அதன் வெகுளித்தனத்தை இழப்பதுதான்.

திசைகளைக் கண்ணீர் மூடியிருந்தது.

ஒரு மாட்டுவண்டிப் பயணம் தராத வெறுமையின் மீது ஊர்ந்தது நான் திரும்பிய ஓலா!

◼

29. மார்கழி இசை

மாதங்களை நாட்காட்டியைப் பார்த்து அறிந்தவர்களில்லை. நிலமும் அதில் விழித்த விதைகளும், நாற்றங்கால்களும், சேற்று நிலங்களில் எழுந்த நடவுப் பாடல்களும், முதிர்ந்து தலைகவிழ்ந்த செந்நெற் கதிர்களும், விளைந்ததை வீடுகொண்டுச் செல்லும் அறுவடைப் பருவமுமே மாதங்களை அடையாளப் படுத்தின எங்களுக்கு !

இது ஆடி, ஆவணி, புரட்டாசி, ஐப்பசி, கார்த்திகை, மார்கழி, தை என்பதை தோட்டத்தில் பூத்த மலர்களால் அறிந்த காலமும் எங்களுக்கிருந்தது !

செம்மண்ணைச் சுட்டு செய்த அகல்களில் எரிந்த தீபம் அழகா ? அதற்கு எண்ணெய் வார்த்தபோது மினுங்கிய அக்காக்களின் விழி அழகா ? என மயங்கியதிலிருந்து எழுந்தது எங்கள் கார்த்திகை.

பொழிந்த பனி இருளில் தொழுவம் சென்று சாணியெடுத்து அம்மாவுக்குத் தர, வாசலைப் புதுக்கி சிறு மண்ணெண்ணெய் ஒளியில் அவள் எழுதிய கோலங்கள் அழகா? வாழ்வின் சிக்கல்களோடு, கோலத்தின் இத்தனைச் சிடுக்குகளையும் வீதிக்குக் கொண்டுவரும் அவள் நினைவழகா? எனும் வியப்பிலிருந்து எழுந்தது எங்கள் மார்கழி !

அம்மன் கோவில்மேட்டு பயித்தம் பூக்களில், கத்திரிமேடு செல்லும் ஒற்றை வரப்புகளின் மருங்கில் அடர்ந்திருந்த அருகம்புல்லில், செம்பிடுப்பில் செழித்திருந்த கம்மங் கதிர்களில் அமர்ந்திருந்த பனித்துளியாக அந்த மார்கழி இருந்தது.

அன்னையரின் புடவைக்குள் ஊடுருவி எங்கள் பிஞ்சு உடலைத் தழுவிய குளிராக, விடியற்காலையில் எழும்பிய

பெண்டிர் தாமரைக் குளத்தில் நீராடி அதன் கரை வீற்றிருந்த திரௌபதியம்மனை வணங்கி நெற்றியில் நீரணிந்து வீடு திரும்புகையில் அவரது கூந்தலிலிருந்து உதிர்ந்த நீர்மலர்களாக அந்த மார்கழி இருந்தது.

மிகச்சிறிய மண்ணெண்ணெய் விளக்கில் எழுந்த குறை ஒளியில் எண்பது பக்க ஜாமெண்ரி நோட்டை விரித்துவைத்து அக்காக்களெழுதிய கோலத்தை அழகு செய்ய அரவங்கள் உலவும் தோட்டத்துக்கு ஓடி நாங்கள் பறித்துவந்த பரங்கிப் பூக்களாக, கிழக்கே கதிரெழும்ப, அய்யனார் கோவில் நந்தவன தும்பைமலர்களில் தேனருந்தியபடி விரித்த வண்ணத்துப் பூச்சிகளின் சிறகுகளிலிருந்து உலர்ந்த ஈரமாக அந்த மார்கழி இருந்தது.

தாவரங்களின் கொடிகளைக் கொண்டு நடுக்கட்டை பெரியப்பா பின்னிய தட்டுக்கூடையில் அள்ளி, குப்பைக்குழிக்கு சென்றபோது முகத்தில் வழிந்த லட்சுமி பசுவின் சாணமாக அந்த மார்கழி இருந்தது.

பழையச் சோற்றைப் பிழிந்து பசுந்தயிரால் பிசைந்து கூடவே அம்மா பொரித்துக் கொடுத்த மோர் மிளகாயாக, யார் கோலம் பெரிது என ஒவ்வொருவர் வாசலையும் வேடிக்கைப் பார்க்க வந்த கூட்டத்திடையே, கள்ளப் பார்வையில் அஞ்சலை வீசிய தூண்டிலாக அந்த மார்கழி இருந்தது.

ஆம், கிராமத்து மார்கழிக்கு அழகிய வண்ணமிருந்தது. அபூர்வமான வாசனையிருந்தது. பனியில் நனைந்து வீதிகளும் மனிதர்களும் ஈரமான மாதமிது.

இரவுகளின் வனப்பால், இளம்பெண்களின் கனவால் வளர்ந்த மாதமிது. மீசை முடிகளை பூனை முடிகளாக்கி, நினைவுகளிலிருந்த முட்களைப் பிடுங்கி, உள்ளங்கையில் மருதாணி இட்டு எனது ஆணை அழித்து சக உயிரியாய் சகோதரிகள் மாற்றிய மாதம் மார்கழி.

இரவும் உறவும் பெண்களேயென இளம்வயதின் நினைவில் பதிந்த மாதம்.

நெற்கதிர்கள் முற்றி அறுவடைக்குத் தயாராக உழவுக் குடும்பங்களில் கல்யாண ஆசைகளெழுந்த பருவம்.

கரிகாலன் | 137

தை பிறந்தால் வழிபிறக்குமென கனவாலும் பிரார்த்தனையாலும் இல்லங்கள் நிரம்பியிருந்த காலம்.

மெல்லிய மண்ணெண்ணையொளியில் சாண்டில்யனின் யவனராணியில் அக்காக்களின் இரவு கரைந்து கொண்டிருந்தது. வெற்றியின் பாடலை இசைத்து, சோழ தேச இளவரசனொருவன் தூரத்திலிருந்து விரைகிற, குளம்பொலிகளின் சத்தம், அவர்களது இரவை கலைத்துக் கொண்டேயிருந்தது.

கூரைகளில் சொட்டிய பனி இரவின் அத்தனை அவஸ்த்தைகளையும் கனியவைத்தது.மத்தளம் கொட்ட வரிசங்கம் நின்றூத முத்துடைத்தாமம் நிரைதாழ்ந்த பந்தலின் கீழ் முகம் தெரியாத மைத்துனன் நம்பிக்காக சிவந்த அவரது கன்னங்களால் இரவு பொலிந்தது.

திருப்பாவை பாடலொடு வெண்சங்கின் ஒலி வீதிகளின் விடியற்காலைகளைத் திறந்திருந்தன.இருள்பிரியாத கருக்கலில் கன்னி நிலங்கள் பூத்த பறங்கிப் பூக்களைக் கொய்ய தோட்டத்துக்கு ஓடினோம்.

கூந்தலின் ஈரம் உறிஞ்சிய துண்டோடு வாசலுக்கு வருவாள் அக்கா.

விடியற்காலையின் இருளை அவளது விழிகள் பழகியிருந்தன. தெருவெங்கும் தம் நினைவுகளிலிருந்து பச்சரிசி மாவால் புள்ளிகளிட்டனர்.

அக்காக்களும் அத்தை மகள்களும், தங்களது கனவின் மர்மத்தை அறியும் விழைவுகளோடு அந்தக் கோடுகள் சிக்கலும் நளினமும் நிரம்பி வளர்ந்து கொண்டிருந்தன.

சிலர், சாணத்தால் பிள்ளையார் பிடித்தார்கள். சிலர், சிறிய நல்லெண்ணெய் நிரம்பிய அகல்விளக்குகளை ஏற்றி வைத்தனர். கோலம் பூத்த தெரு சொர்க்கத்துக்குச் செல்லும் பாதையைப்போல இருந்தது.

கம்பங் கதிர்களைக் கவரும் கிளிக்கூட்டங்களை விரட்ட, சிறுவர்களெல்லோரும் பனியூறிய அருகம்புல் வரப்புகளில் வழுக்கி ஓட, மார்கழி வயல்களின் நடுவே பனிமூட்டம் நிறைந்திருந்தது.

ஆலய மணியொலிகள் காலைப்பொழுதில் நிரம்பிக்கிடந்தன. பெரியப்பா கொண்டுவரும் குழைந்தவெண்பொங்கல்

நடுவே, பசுவின்தயிரும் வாழைப்பழமும் நாட்டுவெல்லமும் நெகிழ்ந்திருந்தன.

முற்றங்களில் பாத்திரங்களை விளக்கிக் கொண்டிருந்த அக்காவின் செவிகளில் பண்பலைகளில், பிளச் அப்துல் ஹமீதும் கேஎஸ் ராஜாவும், ஏஎம் ராஜா—ஜிக்கி ,டிஎம்எஸ்— சுசிலாவை ஊற்றிக்கொண்டிருந்தார்கள்

மார்கழியின் பனிக்காட்சிகளை இன்று காலத்தின் நெடுவெயில் கலைத்துவிட்டது. இருந்தாலும்,

அக்காக்களின் கரம் தீண்டிய

குளிர்ச்சியோ நினைவில் வந்து

மார்கழியைப் பெண்ணென்றறி

பெண்ணை வாழ்வென்றறி

எனக் காதுகளில் இசை மீட்டிக்கொண்டிருக்கிறது !

■

30. தை நினைவுகள்

தை என்பது ஒரு மாதம் மட்டும் அன்று.

அது தமிழ் இனத்தின் பண்பாடு!

'பண்பெனப்படுவது பாடறிந்து ஒழுகுதல்' என்கிறது கலித்தொகை. பாடுபடுதல் என்பது உழைப்பதைக் குறிக்கும். உழைப்பிலிருந்து தோன்றுவதுதான் பண்பாடு. மருதநிலங்களில் அறுவடைத் திருநாளைக் கொண்டாடும் பண்டிகையே பொங்கல். சங்க காலத்திலிருந்து பூந்தொடை விழா, இந்திர விழா, உள்ளி விழா, தை நீராடல், என பல பெயரில் கொண்டாடப்பட்டு வருகிறது பொங்கல் பண்டிகை.

'வான்பெயல் நனைந்த புறத்த நோன்பியர் தையூண் இருக்கையின்' என நற்றிணை, 'தை'யைப் பாடுகிறது

'நறுவீ ஐம்பால் மகளிர் ஆடும்
தைஇத் தண்கயம் போலப் பலர்படிந்து'

'தை'ப்பெருமையை ஐங்குறுநூறும் பேசுகிறது.

'இழையணி ஆயமொடு தகுநாண் தடை இத்தைஇத் திங்கள்
தண்கயம் படியும்
பெருந்தோட் குறுமகள்'

எனக் கலித்தொகை கொண்டாடுகிறது.

'தைஇத் திங்கள் தண்ணிய தரினும்'

எனக் குறுந்தொகையும்,

'தைஇத் திங்கள் தண்கயம் போல்'

எனப் புறநானூறும் 'தை'யைப் போற்றுகின்றன.

கிபி ஒன்பதாம் நூற்றாண்டில் இது தைப் பொங்கலாகப் பரிணாமம் பெற்றிருக்கலாம்! என தமிழறிஞர்கள் கருதுகின்றனர். இக்காலத்தில் எழுதப்பட்ட சீவகசிந்தாமணியில் தைப்பொங்கல் குறிப்புகள் கிடைக்கின்றன.

எந்தை உந்தை உழுத 'தை'

அவர் விதைத்தும்

விளைத்தும் அறுத்த 'தை',

வெண் பொங்கலிட்டு,

தயிரோடு வெல்லத்'தை'

பிசைந்து உண்ட'தை' இது!

தை பிறந்தால் வழி பிறக்குமென கன்னியரெல்லாம் களித்த 'தை' இது!

தித்தித் தை, தளாங்கு தை, என தமிழர் மகிழ்ந்தாடிய'தை' இது!

தமிழர்கள் அனைவரின் ஞாபகக் கிடங்குகளிலும் 'தை' நிகழ்வுகள் குவிந்து கிடக்கின்றன. போலவே, எனக்கும் தை குறித்த அழியாத சித்திரங்கள் பல இருக்கின்றன.

மருங்கூர் எங்கள் பூர்வீக கிராமம்.

அந்த ஊரின் நான்கு திசையிலும் புன்செய் நிலங்களும், நன்செய் நிலங்களும் இருந்தன. அதில் கம்பு, வரகு, துவரை, சோளம், உளுந்து, நெல், வாழை செழித்து வளர்ந்தன.

அப்பாவோடு பிறந்தவர்கள் இரண்டு சகோதரர்கள், மூன்று சகோதரிகள். இந்தக் குடும்பத்தின் மூத்த சகோதரர், எங்கள் பெரியப்பா. தாத்தா இவர்களை சிறுவயதிலேயே கைவிட்டு இயற்கை எய்தினார். கொஞ்சம் கொஞ்சமாக சொத்துகளை விற்று சகோதரர்களுக்கும் சகோதரிகளுக்கும் மணம் முடித்து வைத்தார் பெரியப்பா.

நிலவுடமைச் சமூக அமைப்பு சரிவுக்கு வந்தது. எங்கள் குடும்பம் அதன் விழுமியங்களை இழக்க மனமின்றி ஏழ்மையிலும் செம்மை பேணியது. அப்பா ஒரு அரசுப் பள்ளி ஆசிரியரானார். நிலவுடமை அறங்களின் எச்சத்தை அவர் எங்களுக்குக் கையளித்தார்.

இதோ பொங்கல் வரப்போகிறது.

அப்பா, பெரியப்பா, சித்தப்பா இவர்களுக்குள் எவ்வளவு மனவேறுபாடுகள் இருந்தாலும், நாங்கள் பொங்கல் விழாவை பெரியப்பா தலைமையில்தான் கொண்டாடுவோம்.

அன்றெல்லாம், எங்கள் இரட்டை வாய்க்காலில், பூலாப்பூக்கள் மண்டியிருந்த கரைகளிருந்தன. குரவைமீன்களும் கெண்டைகளும் நீந்திய பெரியேரி இருந்தது.

மாட்டுப் பொங்கலுக்கு கொழுத்த கிடாய்களை அறுத்து கூறுகட்டி விற்ற பட்டியார் என்கிற முதியவர் இருந்தார்.

போகிக்கு வேப்பங்கொத்துக்களைப் போட்டு, பொங்கலோ பொங்கலென மகிழ்ந்து கூவ வடக்குவெளிக் காடுகள் இருந்தன.

மாட்டுப் பொங்கலன்று குழம்பு வைக்க கெளுத்தியையும், விராலையும் பிடித்து வருவோமே அந்த மணிமுத்தாநதி, பெளர்ணமியில் குதூகலித்து ஓடியது.

குளிப்பாட்டி, குங்குமம் வைத்து, பூலா, மா, வேம்பு, ஆவரம்பூ கோர்த்து கட்டிய மாலைகளை அணிவித்து, பொங்கலை ஊட்ட, தொழுவம் நிறைய காளைகளும், கிடாரிகளும், சினைப்பசுக்களும் இருந்தன.

தங்கைகளின் நீண்ட கூந்தலை அலங்கரிக்க தோட்டங்களில் சாமந்தியும் டிசம்பரும் மலர்ந்திருந்தன. தொழுவம் நிறைய மாடுகளும், குரவை மீன்கள் நிரம்பிய நெல்வயல்களும் உடைய ஒரு பொற்காலம் எங்களுக்கிருந்தது.

எங்கள் வீட்டில் 30,40மாடுகள் என் சிறுவயது நாட்களில் இருந்து கொண்டேயிருக்கும். விடுமுறை நாட்களில் மாடுகள் மேய்த்து கழிந்ததென் இளம் பருவம். எனது பால்யத்தின் மீது சாணமும் மூத்திரமும் கலந்த வாசனை அடித்துக்கொண்டேயிருந்தது. பசுக்களும் கன்றுகளும்தான் எங்களுக்கு கருணையைக் கற்பித்த ஆசான்கள்.

இல்லத்தில் பாலும் மோரும் வெண்ணெயும் எங்கள் குலதெய்வத்தின் அருளைப்போல் வற்றாது பெருகியது.

பசுக்களுக்கு புல்லறுத்த நாட்கள் வாழ்வின் பயன் மிகு பக்கங்கள். மாடுகளுக்குப் பிணியென்றால் மூலிகைகள் கொண்டு

நாட்டு வைத்தியம் செய்ய ஊரில் பெரியவர்கள் இருந்தார்கள். மாடுகள் விவசாய குடிகளது வாழ்வின் உயிரோட்டமிகு பகுதியாய் இருந்த காலமது.

மாட்டுப் பொங்கலென்றால் மாட்டுச் சலங்கைகளோடு எங்களின் உற்சாகமும் சேர்ந்து குலுங்கும். கொம்பு சீவி வண்ணம் தீட்டி குளிப்பாட்டி குங்குமமிட்டு, மா, ஆவாரம்பூ, வேம்பு, பூலாப்பூ கொண்டுமாலைசூடி, பொங்கலூட்டி' பொங்கலோ பொங்கலெ'ன்று குரலெடுத்துக் கூவி களித்து மகிழ்ந்ததொரு பொற்காலமுமிருந்தது எம் வாழ்வில்.

எங்கள் கட்டுத்தறிகளைக் காலம் பறித்துக் கொண்டது. மூலிகைச் செல்வங்களும் நாட்டு மருத்தவர்களும் நுகர்வுச்சந்தையில் தொலைந்தனர். எமது பசுக்கள் அடிமாடுகளாக கேரளா சென்றன. விவசாய குடியை தெய்வம் கைவிட்டது.

தண்ணீரை விற்பார்கள் எனத் தெரியவந்தபோது என்னுள்ளிருந்த கிராமத்துச் சிறுவன் செத்துப் போய்விட்டான்.

மாட்டுக்குத் தண்ணீர் காட்டிய கல் தொட்டியைக் கவிழ்த்துப் போட்டு துணி துவைக்கிறார்கள். உறிகளைப் பழைய இரும்புக் கடையில் போட்டுவிட்டார்கள்.

காலி ஃபாண்டா பாட்டிலில் பசும்பாலையும் பாலிதீன் கவர்களில் டீயையும் வாங்கப் பழகியபோது எனது கடைசி பசுவின் கதறல் நகரின் பேரிரைச்சலில் கலைந்துபோனது.

ஒரு கிராமத்து சிறுவனின் பண்பாடு, வளர்ப்புப்பிராணிகள், பண்டிகை, வளமார்ந்த வாழ்வு பறிபோனதற்கு பல அரசியல் காரணங்களைச் சொல்கிறார்கள்.

இறுதியாக ஒன்று. தயவுசெய்து 'படிப்பு வராத பசங்கள மாடு மேய்க்கதான் லாயக்கு' என திட்டிவிடாதீர்கள்! மாடுகள் மேய்த்தே மனிதம் பழகியவர்கள் நாங்கள்.

◼

31. ஆதலினால் காதல் செய்வோம்

காதல் மோசமானது. ஒரு பசித்த விலங்காய் நமது பொழுதுகளைத் தின்றுகொண்டிருக்கிறது. காதல் சிறுபிள்ளைத்தனமானது .

கண்ணாடி முன்னால் நின்று பைத்தியக்காரர்களாய் நமக்கு நாமே பேசி சிரிக்க வைக்கிறது.

காதல் பலவீனமானது. நினைவுகளைக் குழப்பி தேநீரில் உப்பைக் கலந்துவிடுகிறது. காதல் ஆபத்தானது. அது துன்மார்க்கர்களின் பாதையில் நம்மைத் திருப்பிவிடுகிறது. காதல் கள்ளம் நிறைந்தது. தினம் தினம் பொய்யை, ஒரு பாடமாகச் சொல்லித் தருகிறது.காதல் சாகசம் கூடியது.

அந்தரத்தின் கயிறுகள் மீது நடக்க வைக்கிறது. காதல் முட்டாள் தனமானது. மாமலையும் கடுகாகத் தோன்றிவிடுகிறது. காதல் சலனம் கூடியது. பருவம் தப்பி வசந்தத்தை பூக்கவைக்கிறது. ஆனாலும் 'ச்சீச்சி புளிக்கும்!' எனச் சொல்லி காதலின் திராட்சை ரசத்தை ஏனோ தள்ளி வைக்க முடிவதில்லை!

காதல், சில மன்னர்களின் வாளைத் துருப்பிடிக்கச் செய்தது. சிலப் பேரரசுகளை புழுதி மூடியது! கிராமங்களில் அரளி விதைகளின் கசப்பாகவும் காதல் இருந்ததுண்டு. வயல்வெளிகளில் பாவிடாயில் டப்பாவுக்கு பக்கத்தில் எழுத்துப்பிழைகளுடன் இருந்த காதல் கடிதங்கள் வரலாற்றில் எந்த மதிப்பும் இல்லாமல் பழுப்பேறிப் போயின!

காதலித்தவர்கள் வர்ணம் மீறியபோது தண்டவாளத்தில் தள்ளிவிட்ட கதைகளும் தொடர்கின்றன. மருத்துவமனையில் ஒரு யுவதி நூறுவரிகளில் காதல் கவிதையொன்றை கடகடவென்று

ஒப்புவித்தாள். ஒரு மாத்திரையைக் கொடுத்து அவளை தூங்கவைத்தார் மருத்துவர்.

கழிப்பறை சுவர்களில், பால்வடியும் கள்ளிகளில், யாரோ ஒருவரின் பெயரை எழுதிப்பார்க்கிறார்கள்.

கடைசியாக ஒரு சமூகத்தின் மன அழுத்தம் மெல்லக் கரைந்தது. நமது காலத்தின் அகப்பாடல்கள் அலுவலகத்தின் தேநீர் இடைவேளைகளில், சமையற்கட்டுகளில், ஓடும் பேருந்துகளில் எழுதப்படுகின்றன.

சிலவற்றை குப்பைக்கோழியார் போன்ற ஃபேக் ஐடிகளும் எழுதுகின்றன!

பாரதியே சொன்னாலும் காதல் போயின் சாதலெல்லாம் பிழை. பிரேக்கப்புக்குப் பின்னொரு காதலென பழகிய நம் காலம் இளகியது.

காதல் சொல்லிக் கொடுக்க நம்மிடையே வில்ஸ்மித், சந்தானம் போல நிறைய டேட்டிங் டாக்டர்கள் இருக்கிறார்கள்.

இதற்கெல்லாம் முன்பாகவே, நம்மிடம் ஒரு பாரம்பரிய காதல் மருத்துவர் இருந்தார். அவர் காதலர்களுக்கு இருக்கக் கூடாத குணங்களாகச் சிலவற்றைக் கூறுகிறார்.

1. காதலர்களுக்கிடையே 'நிம்பிரி. கூடாது. நிம்பிரி என்றால் ஈகோ. பொறாமை என்றும் சொல்லலாம்!

2. அதுபோலவே 'கொடுமை' செய்ய எண்ணுதல் கூடாது. ஒரு நாள் அவள் ஐஸ்க்ரீம் வாங்கிக் கொடுத்தால், மறு நாள் நீங்கள் காஃபி வாங்கித் தர வேண்டும். உங்கள் செல்ஃபிக்கு காதலி ஆர்ட்டின் போடும்போது, நீங்கள் அவளுக்கு லைக் மட்டுமே போடுவதும் கொடுமையே!

3. மற்றொன்று 'வியப்பு'. உங்களை நீங்களே பெரிதாக நினைக்கக் கூடாது!

4. 'புறமொழி' மற்றவர்களிடம் காதலரை புறங்கூறுதல் காதலில் இடைவெளியை உருவாக்கும்.

5. 'வன்சொல்!' கடுமையாகத் திட்டக் கூடாது. 'எருமை'யெல்லாம் வன்சொல் இல்லை என்றே நினைக்கிறேன்.

6. 'பொச்சாப்பு' காதல் மப்பில் தன்னை மறந்து செயல்படுதல் கூடாது!

7. 'மடிமை' முயற்சி இல்லாமை பிரேக்கப்புக்கு வழிவகுக்கும். தினமும் ஒரு லவ் யூ, ஒரு மிஸ் யூ அவசியம். தீயா வேலை செய்யணும்!

8. 'குடிமை இன்புறல்' தன் குடிப் பெருமையை நினைத்து இன்புறக்கூடாது. எங்க அப்பா ஃபாதரு, எங்க அம்மா மதரு என்று பீத்தக்கூடாது!

9. 'ஏழைமை', உண்மையை அறிய மறுக்கக் கூடாது. டை அடிக்கலாம். டையை நம்பக் கூடாது!

10. 'மறப்பு' வள்ளுவர், அக இலக்கியம், காதலனுபவமுடைய சான்றோரிடம் கற்றதை, கேட்டதை மறந்துவிடக் கூடாது!

11. 'ஒப்புமை' காதலியிடம் நயன்தாராவை, அலியாபட்டை பேசக்கூடாது. அவ்வண்ணமே எதிர்பாலிடம் விஜய் தேவரகொண்டாவை காதலியும் புகழக்கூடாது!

சரி, இவ்வளவு விவரமாக அட்வைஸ் பண்ணுகிறாரே! அந்த டேட் டாக்டர் யாரென்கிறீர்களா? வேறு யார். நம் தொல்காப்பியர்தான்.

உலகப் பொதுமறையாம் குறளில் காதலுக்காக இன்பத்துப்பால் இருக்கிறது. சங்கப் பெண்கவிகளும் அகப்பாடல்களைப் பாடிக் களித்ததே நமக்குள்ள பெருமை! அந்தக் காதல் இன்று திசைமாறி செல்கிறதோ! எனும் அய்யம் ஏற்படுகிறது.

ஆணும் பெண்ணும் பருவம் விழித்த வயதில் ஈர்த்த ஒரு சொல்லில் ஒரு செயலில் பற்றிக்கொள்வதே காதல். பரஸ்பர அன்பில், சுயமரியாதைகெடாத உறவில், விட்டுக் கொடுக்கும் பரிவுணர்வில், ஒருவர் வளர்ச்சியில் ஒருவர் காட்டும் அக்கறையில் அது வளர்கிறது.

தனது இணை மீது கொண்ட அழகிய நம்பிக்கையில் அதன் ஆணிவேர் இதயத்தின் ஆழம்வரை ஊடுருவி நிலைகொள்கிறது. அந்தக் காதல் மகத்தானது. அது இவ்வுலகைச் சந்தையாய்ப் பார்க்க விரும்புவதில்லை. நதிக்கரையாக, புல்வெளியாக, பூங்காவாகப் பார்க்க விரும்புகிறது.

இப்போது மால்களில் சந்தித்து வாழ்த்து அட்டைகளைப் பரிமாறி பனிக்கூழ் சுவைப்பதைவிடவும், இணையிணையாக மெரினாவில் அமர்ந்து வாழும் காலத்தின் அரசிலைப் பேசுவதாகவும் இந்தக் காதல் புதிய பரிணாமம் கொண்டுள்ளது.

காதலில்லாத பகலுக்கு ஒளியில்லை. காதலில்லாத இரவுக்கு கனவுகளில்லை. காதலில்லாத சமுகத்துக்கு நாகரிகமில்லை.

காதலில்லாத செவிகளுக்கு சங்கீதமில்லை.

காதலில்லாத உதடுகளுக்கு இனிப்பில்லை.

நமது உணவுமேசைகளை சுவைபெறச்செய்வது, நமது கட்டிலை பூப்பூக்கவைப்பது காதலே. ஆகவே மனிதரெனப்பட்டோர் அனைவரும் காதலிப்பது அவசியம். பிப்ரவரி 14 இல் மட்டுமின்றி வாழ்வின் ஒவ்வொரு துளியையும் காதலால் நிரப்ப வேண்டும். சாதியை, மதத்தை, வர்க்கத்தை மறுத்து காதலால் இதயங்கள் துடிக்கவேண்டும்.

இந்த மண்ணில் சமத்துவத்தை, சமாதானத்தை, சட்டங்களால், அதிகாரத்தால் கொண்டுவரமுடியாது. ஆனால் காதலால் முடியும். இந்த காதலர் தினத்தை சந்தையின் நலனுக்காகவன்றி சமுகத்தின் நலனுக்கான திசையில் நாம் சிந்திக்கப் பழகவேண்டும். வரட்டு குடும்ப கௌரவத்துக்காக, சாதிப் பெருமைக்காக உதிர்ந்த காதல் இதயங்களைச்சிந்திப்போம். தமிழர்களின் கௌரவமென்பது காதல்கொண்ட இதயங்களை சேர்த்து வைப்பதிலிருக்கிறது. இந்த சிந்தனையோடு காதலர் தினத்துக்கான நமது மலர்க் கொத்துக்களைச் சேகரிப்போம்.

◼

32. தையலைப் போற்றுவோம்

ஆண்டுதோறும் மார்ச். ஆம் நாள் சர்வதேச பெண்கள் தினமாக கொண்டாடப்படுகிறது. அனைத்து துறைகளிலும் பெண்கள் கோலோச்சும் காலம் கனிந்து வருவது ஆரோக்கியமான விசயம். +2 தேர்வு முடிவுகளைப் பார்த்தால் பெண் பிள்ளைகளே அதிக மதிப்பெண் பெறுகிறார்கள்.

ஐ.டி கம்பெனிகளை எட்டிப் பார்த்தால் இளம் பெண்களே அதிகம் தென்படுகிறார்கள். கார்ப்ரேட் ஆஸ்பிடல்களில் பெண் டாக்டர்களே அதிகம். இந்நிலையில், இப்போது யார் பாலின பாகுபாடு பார்க்கிறார்கள் ? என்கிறார்கள். சமீபத்தில் ஐநா ஒரு ஆய்வு செய்தது.

அதன் முடிவுகள் அதிர்ச்சியளிப்பதாக இருக்கிறது. உலகில் வாழும் (தோராயமாக ஆயிரம் கோடி) 90% மக்கள் (இதில் பெண்களும் சேர்த்தி) பாலின பாகுபாட்டை கடைபிடிக்கிறார்கள் என அந்த ஆய்வு சொல்கிறது. இதில் அதிக அளவில் பாலின பேதத்தை கடைபிடிக்கும் நாடாக ஜிம்ப்பாவேவையும், பாகுபாடு குறைந்த அளவில் கடைபிடிக்கும் நாடாக ஐரோப்பிய நாடான ஆண்ட்ரோராவையும் அடையாளம் கண்டுள்ளனர்.

வேலைவாய்ப்பு, கடமையுணர்வு, தொழில்துறை அறிவு போன்றவை ஆண்களுக்கு உரித்தானது என 70% இந்திய ஆண்கள் இவ்வாய்வில் கூறியிருப்பதாக தெரிய வருகிறது. உலகில் 231 நாடுகள் உள்ளன. இதில் 193 நாடுகளில் 10 பெண் ஆளுமைகளே அரசியலில் பிரகாசிக்கின்றனர். நாகரிகத்தில் முன்னேறியவர்களாக கருதப்படும் அமெரிக்கர்கள், பெண்களை அரசியலுக்கு லாயக்கற்றவர்கள் என்று கருதுகின்றனர்.

அதேவேளை கடந்த கோவிட் தொற்று காலம், இத்தகைய நிலையை சிறிது கலைத்தது. பெண் ஆட்சியாளர்களால் நிர்வகிக்கப்பட்ட நியூசிலாந்து, ஜெர்மனி, தைவான், நார்வே போன்ற நாடுகளில் கோவிட்—உயிரிழப்புகள் குறைவாக இருந்தன.

வைரஸ்தொற்று பரவாமல் இருக்க இவர்கள் எடுத்த நடவடிக்கைகளை அரசியல் விமர்சகர்கள் பாராட்டியுள்ளனர். ஐஸ்லாந்து நாட்டின் பிரதமர் கேத்ரின் ஜேக்கோப்ஸ்டோடிர். தொடக்க நிலையிலேயே தனது நாட்டில் தனிமைப்படலை வலியுறுத்தி தொற்று பரவலை முடக்கினார்.

தைவானின் அதிபர் சை இங்வென். உள்நாட்டிலேயே வைரஸ் பாதுகாப்பு கருவிகள், பரிசோதனை உபகரணங்களை உற்பத்தி செய்வதில் முனைப்பு காட்டினார். அங்கு கோவிட் உயிரிழப்பு வெறும் ஆறுதான்.

நியூசிலாந்து பிரதமர் ஜெசிந்தா ஆர்டென். இவரது புத்திசாலித்தனம். தலைமைப் பண்பால் இங்கு கோவிட் இழப்பு பன்னிரண்டு பேரோடு தடுக்கப்பட்டது. தென் கொரியாவில் மூன் ஜெ இன்னின் கோவிட் பணி மக்களை வெகுவாகக் கவர்ந்தது. இங்கு தேர்தல் நடந்தபோதுது, மீண்டும் மூன் ஜெ கட்சியே வென்றது. க்ரீஸ் பிரதமர் கிரியகோஸ். இவரும் ஒரு பெண்தான். இங்கும் சாவு எண்ணிக்கை வெகு குறைவு.

பெண் ஆட்சியாளர்கள் மட்டுமல்ல, கோவிட்டுக்கு எதிராக போராடிய முன்களப் பணியாளர்கள் எனப் பாராட்டப்பட்டதில்

70% பேர் பெண் மருத்துவர்கள்.

90% செவிலியர்கள் பெண்கள்.

80% தூய்மைப் பணியாளர்கள் பெண்கள்.

இப்படி வாய்ப்பு கிடைக்கும் போதெல்லாம் பெண்கள் தங்களை நிரூபித்து வந்திருக்கிறார்கள். அதேவேளை பெண்களுக்கெதிரான குற்றங்களும் இன்னும் குறைந்தபாடில்லை! என்பதையும் நாம் கவலையோடு பரிசீலிக்க வேண்டியுள்ளது. உலக அளவில் பெண்கள் வாழ பாதுகாப்பற்ற நாடுகளின் பட்டியலை, தாம்ஸன் ராய்டர்ஸ் எனும் நிறுவனம் கடந்த ஆண்டு வெளியிட்டது. அந்தப் பட்டியலில் இந்தியாவும் இருக்கிறது.

இந்தியாவில், மணி நேரத்துக்கு ஒரு பெண் பாலியல் வன்கொடுமைக்கு ஆளாகிறாள். பெண்களை பாலியலில் தொழிலில் ஈடுபடுத்தப்படுவது, எய்ட்ஸ் நோய், பெண் சிசுக்கொலை, புறக்கணிக்கப்படுவது, பணி இடங்களில் அவமதிப்பு, என பல இன்னல்களை இந்தியாவில் பெண்கள் எதிர்கொள்கிறார்கள்.

போரால் பாதிக்கப்பட்ட ஆப்கான், சிரியா போன்றவை, வறுமையால் பாதிக்கப்பட்ட சோமாலியா போன்ற நாடுகளெல்லாம், இந்தப் பட்டியலில் இந்தியாவுக்கும் கீழேதான் இருக்கின்றன.

அதுபோல் அரசியலில் பெண்கள் பிரதிநிதித்துவமும் இந்தியாவில் மிகக்குறைவாகவே இருக்கிறது. நாடாளுமன்றத்தில் பெண்களின் பிரதிநிதித்துவம், எனும் அடிப்படையில் 193 நாடுகளில் எடுக்கப்பட்ட சர்வேயில், இந்தியா 149 வது இடத்தில்தான் இருக்கிறது.

கடந்த பாராளுமன்றத் தேர்தலில், ஒடிஸாவில் நவீன் பட்நாயக் 33% அளவில் பெண் வேட்பாளர்களை நிறுத்தினார். அதுபோல் திரிணாமுல் காங்கிரஸ் 41% பெண்களுக்கு வாய்ப்பு அளித்தது. ஆனால், கம்யூனிஸ்ட் கட்சிகள்கூட 33% சீட்களை பெண்களுக்கு வழங்கவில்லை என்பது வருத்தப்பட வேண்டிய விசயம்.

இதனால் பெண்களை பாதிக்கும் சட்டங்கள் இயற்றப்படும்போது, வலிமையாக எதிர்த்து குரலெழுப்ப முடியாத நிலை உருவாகிறது. உதாரணமாக நாப்கினுக்கு ஜிஎஸ்டி போட்டபோது பாராளுமன்றத்தில் பெரிய அளவில் எதிர்ப்பு எழவில்லை.

இன்னொரு விசயத்தையும் கூற வேண்டியிருக்கிறது. பெண்கள் வாழ மோசமான சூழல் இந்தியாவில் இருந்தாலும், பெண்கள் பாதுகாப்பாக வாழும் மாநிலங்களில் முதல் இடத்தில் தமிழகம் இருக்கிறது. அடுத்தடுத்த இடங்களில் கொல்கத்தாவும் கேரளாவும் இருக்கின்றன.

தனிப்பட்ட வகையில் சில பெண்கள் உயர்ந்து ஆளுமைகளாக வெற்றியடைந்திருக்கின்றனர்.

பெப்சி இந்திரா நூயி, டாஃபே நிறுவன இயக்குநர் மல்லிகா சீனிவாசன், பயோகானின் கிரன் மஜும்தார், ஐசிஐசிஐ செயல்

அதிகாரி சந்தா கோச்சர், ஆக்சிஸ் வங்கி நிர்வாக இயக்குநர் ஷிகா சர்மா, கேப்ஜெமினி இந்தியா நிறுவனம் தலைமை செயல் அதிகாரி அருணா, ஜெயந்தி, ஏஇசட்பி பார்ட்னர்ஸ் இணை நிறுவனர் ஜியா மோடி. பிரிட்டானியா இன்டஸ்டிரிஸ் வினிதா பாலி, எச்டி மீடியா தலைவர் ஷோபனா பார்த்தியா, என்எஸ்இ இணை நிர்வாக இயக்குநர் சித்ரா ராமகிருஷ்ணா, பயோகான் கிரண் மஜூம்தார் ஷா, ரிசர்ச் இன் மோஷன் இந்தியா முன்னாள் நிர்வாக இயக்குநர் ப்ரன்னி பவா போன்றோரைக் காட்டி, இந்தியாவில் பெண்களின் நிலை முன்னேறி உள்ளது எனக் கூறுவோரும் இருக்கின்றனர். ஆனால் யதார்த்த நிலவரம் வேறு.

கடந்த 10 ஆண்டுகளில் தென் மாநிலங்களில் (கேரளா விதிவிலக்கு) 10.16% பெண்குழந்தைகளின் பிறப்பு விகிதம் பெருமளவு குறைந்துள்ளது. பெண் குழந்தைகளை வளர்ப்பது, கல்வி அளிப்பது, திருமணம் செய்து கொடுப்பது சுமையென ஆணாதிக்க சமூகத்தின் பொதுப்புத்தியில் பதிந்துள்ளது.

இன்றைய நவீன மருத்துவம் இதற்குத்துணையாக விளங்குகிறது. இன்று ஸ்கேன், மற்றும் ரத்த மாதிரி கொண்டு செய்யப்படும் மரபணு சோதனைகளின் வழி வயிற்றில் உள்ள குழந்தை ஆணா? பெண்ணா? என அறியமுடியும். அதுபோல செயற்கைக் கருத்தரிப்பு முறையில் ஆண் குழந்தைகளை உருவாக்கிக் கொள்ளும் மருத்துவசதியும் இதற்கு காரணம்!

விவசாயத்தின் அழிவு, கிராமப்புறங்களில் நிலவும் வறுமை, இவற்றால் பெண் குழந்தைகளின் கற்றல் இடைநிறுத்தப்படுகிறது. அவர்கள் திருப்பூர், கோவை போன்ற தொழில் நகரங்களில் சமங்கலி திட்டங்களுக்கு கொத்தடிமைகளாக விற்கப்படுகின்றனர்.

இங்கு வேலைநேரம், கழிப்பறை, உணவு, பாதுகாப்பு ,ஓய்வு போன்றவற்றில் பணியாளருக்குரிய விதிகள் அலட்சியம் செய்யப்படுகின்றன. பூக்கட்டுவதோ! அமெரிக்க ஐடி கம்பெனிக்கு பிபிஓ வேலையோ! எல்லா இடத்திலும் குறைந்த கூலிக்கே பெண்கள் அமர்த்தப்படுகிறார்கள்.

பெண்கள் எதிர்த்துப் பேசமாட்டார்கள், சங்கம் அமைக்க மாட்டார்கள், பணிவாக, முழுமனதோடு பணியாற்றுவார்கள் என்பதாலேயே நகைக்கடைகளில் சிரித்துக்கொண்டே வணக்கம் வைப்பதிலிருந்து, நட்சத்திர விடுதிகளில் சரக்கு ஊற்றித்தருவதுவரை பெண்களை பணிக்கு அமர்த்துகின்றனர்.

இவற்றையா, பெண் அடைந்த வெற்றிகளாக கருதமுடியும்! பெண்களை இரவுநேரங்களில் பணியில் ஈடுபடுத்தக் கூடாது. அவ்வாறு ஈடுபடுத்தினால் பாதுகாப்பளிக்க வேண்டும். ஆனால், கடந்த காலங்களில், பெரிய ஐடி நிறுவனங்களில், இரவுப் பணியிலிருந்து திரும்பிய பெண்கள் பாலியல் வன்கொடுமைக்கு உள்ளாகியிருக்கிறார்கள்.

பெண்கள்மீது சினிமா, டிவி கொட்டும் வன்முறைக்கும் அளவே இல்லை. கலாச்சாரத் தெளிவே இல்லாத ஒரு தேசத்தில் ஐட்டம் டான்ஸ் போன்றவை பெண்களை ஒரு ஐட்டமாக, காமப் பொருளாகப் பார்க்கும் சூழலை உருவாக்கியுள்ளது.

சமீபகாலமாக சமூக வலைத்தளங்கள் வழியாகவும் பெண்களுக்கு நெருக்கடி உருவாகியுள்ளது. காந்தி கனவு கண்டமாதிரி, இரவு நேரங்களில் பெண்கள் சுதந்திரமாக வீதியில் நடப்பது இருக்கட்டும், இணையத்தில் உலவமுடிகிறதா? இரவு 10 மணிக்குப் பிறகு இணையத்தை எட்டிப்பார்க்க பெண் அச்சப்படும் சூழலே உள்ளது.

எனவே, சர்வதேச பெண்கள் தினத்தைக் கொண்டாடுவதென்பது, மானுடத்தின் சரிபாதியாக இருக்கும் பெண்களின் சுதந்திரத்தை, பாதுகாப்பை, மாண்பை, சுயமரியாதையை உறுதி செய்வதாகும்.

◘

33. சித்திரையே வா

எங்கள் சித்திரையில் கோக் இல்லை.

அம்மாக்கள் கரைத்த கம்மங்கூழ் இருந்தது.

எங்கள் சித்திரையில் பனிக்கூழ் இல்லை.

இளநீரும் நுங்குமிருந்தது.

எங்கள் சித்திரையில் குளிர்ச்சாதன எந்திரங்களில்லை.பூவரசு நிழலிருந்தது எங்கள் சித்திரையில் நகைக்கடை, துணிக்கடை எதுவுமில்லை. புழுதிக் காட்டில் பூத்த கடலைப் பூக்களிருந்தன. எங்கள் சித்திரையில் டி.வி சிறப்பு நிகழ்ச்சிகள் இல்லை. அம்மன் ஆலயம் முன்னெழுந்த கூத்து மேடை இருந்தது.

எங்கள் சித்திரையில் நியான் சோடியம் இல்லை. வட்டில் அமுதெடுத்து அம்மா ஊட்டும்போது, நமக்கொரு வாய் ஊட்டமாட்டாளா? எனும் ஏக்கத்தில் ஏழைகளின் முற்றத்தில் நிலா இறங்கி வந்திருந்தது.

நாங்கள் மருதத்தை விற்றபோது, எங்கள் சித்திரை காணாமல் போயிருந்தது.

இப்போது எம் மோர்சார் நிலத்து மாம்பழச்சுவை வெளிநாட்டுக்காரன் குளிர்பான பாட்டிலுக்குள்.

நாங்கள் கோடையை விற்று, கார்பன் மணக்கும் வெய்யிலை வாங்கியவர்கள்.

இன்று ஏர்கண்டிஷன் மிஷினும் ஃப்ரிஜ்ஜும் பழச்சாறு போத்தல்களும் இருக்கின்றன. சித்திரைதான் இல்லை.

உலமயமாக்கல், நகரமயமாக்கல், தாராளமயமாக்கல், சித்திரையையும் சந்தையில் விற்கிறது.

இது, அறுவடை நிலங்களிலிருந்து கொழுந்துவிட்ட உளுந்து இலைகளில் மின்னிய வெய்யில் இல்லாத சித்திரை ! இது, கரும்பு வயல்களினிடையே ஓடிய சிறிய வாய்க்கால்களில் நீந்திய குரவை மீன்களில்லாத சித்திரை !

தை மாதம் வாக்கப்பட்டுபோன அக்காக்களின் புதுவாழ்வை, வயலிலிருந்து மதியச் சாப்பாட்டுக்குத் திரும்பிய அப்பா, அம்மாவுடன் பெருமிதத்தோடு பகிர்ந்துகொண்ட சித்திரையில்லை இது !

தண்ணீர் சுருங்கிய குளத்தின் விளிம்பில் தாமரைக்கிழங்குகள் அகழ்ந்த சித்திரையில்லை இது !

தாவணிகளில் கொடுக்காய்ப்புளிகள் சேகரித்து வந்த அஞ்சலைகளின் உதடுகளில் மாம்பால் கறைகளைக் கொடுத்த சித்திரையில்லை இது !

பூவரசு இலைகளில் பாசிப்பருப்பும் நாட்டு வெல்லமும் கலந்த பூர்ணம் பரப்பி இட்டலி பானைகளில் வெந்த கொழுக்கட்டைகளின் மணம் இல்லாத சித்திரை இது !

காணிநிலம் ஓட்டிக் களைத்துறங்கும் கொழுநன்களது நெற்றியில் மலர்ந்த வேர்வைப் பூக்களை, முந்தானை அசைத்து உதிரவைத்த இல்லக்கிழத்தியரின் காதல் இல்லாத சித்திரை இது !

மானே மரகதமே, தேனே தெள்ளமுதே என ஈன்ற மதலைகளை வேலைத் தலங்களின் மரக்கிளையில் தூளியாட்டிய அன்னையரின் தாலாட்டில்லாத சித்திரை இது.

நிலம் தொலைத்து, நிலமெழுந்த தாவரம் தொலைத்து, தாவரம் மீது படர்ந்த கதிரொளி தொலைத்து, வெறும் கானலை சித்திரை என நம்பமுடியாமல் திகைத்த பருவம் இது !

முந்திரியும் பலாவும் வாழையும் மாவும் விளைந்த மருதக்குடிகள் பழமுதிர்ச் சோலைகளில் சித்திரையை வாங்கும் அவலப் பருவம் இது.

முப்பது ஆண்டுகளில் அடையாளமிழந்து, தமிழரின் சித்திரை ஒரு கீழடி நினைவானது.

வேரற்ற தமிழர் வாழ்வின் சித்திரை வண்ணங்கள், கொகோகோலாவில், மிராண்டாவில், ஃபலூடாவில், கிங்ஃபிஷரில் மின்னுகிறது.

பனையின் நிழலில் சித்திரை பருகிய உழுகுடிப்பிள்ளைகள் வெக்கை தாளாது ஃபிரிஜ்ஜைத் திறக்கிறார்கள். எல்லா நெகிழிப் போத்தல்களிலும் தம் முன்னோரின் கண்ணீர் கரிக்கிறது. கதவைத் திறந்து சித்திரையைப் பார்க்கிறார்கள் இது சித்திரை இல்லை!

100 டிகிரி செல்சியஸ் என்கின்றன நியூஸ் சேனல்கள்.

தாமரைக் குளத்தின் நீர்மட்டம் அப்போது மார்பளவிலிருந்தது.

அதன் குளிராடி, அம்மன் முகம் பார்த்து,

வடக்குக் காடுகளின் புழுதியில்,

உளுந்தாய், பயிறாய்,

நெல்லாய், கரும்பாய்,

செம்புலவெளியில் பலாவாய், முந்திரியாய்,

நாம் பார்த்தோமே அந்தச் சித்திரை.

அது மீண்டும் தேவைப்படுகிறது.

சித்திரையே வா.

தமிழர்க்கு சீரள்ளித் தா.

34. சுமை

நேற்று மாலை value education வகுப்பு. நல்லவங்களா இருக்கணும்ன்னா என்ன செய்ய வேண்டும்? பிள்ளைகளிடம் கேட்டேன்.

ஹோம் வொர்க் செய்யணும். வகுப்புல அமைதியா இருக்கணும். சார் பேச்சை கேட்கணும். அம்மா, அப்பாவுக்கு ஹெல்ப் பண்ணனும். தெருநாய்களை அடிக்கக்கூடாது. ரோட்டுல மயக்கம்போட்டு விழுற பெரியவங்க முகத்துல தண்ணி தெளிக்கணும்! இப்படி நிறைய சொல்லிக் கொண்டே போனார்கள்.

நீதிக்கதைகளில் கேட்கும் நல்லவர்களையே இங்ஙனம் செயற்கையாக சொன்னார்கள்.

காய்கறி கூடையை தலையில் வைத்திருப்பகளுக்கு, கூடையை இறக்கிவைக்க உதவணும் சார்! என்றாள் ஒரு சிறுமி. உங்க அம்மா என்ன செய்றாங்க? என்றேன். காய்கறி விற்கிறாங்க சார்! என்றாள்.

Values என்பவை இப்படிதான் நம் வாழ்விலிருந்து பிறக்கிறது. நமது தேவைகளையொட்டியே நமது நீதியும் பிறக்கிறது. மற்றபடி கதைகளிலிருந்து பிறக்கும் நீதிக்கு அற்ப ஆயுசு!

மனிதர்கள் எல்லோரும் பாரங்களோடு உழல்கிறார்கள். இறக்கி வைக்க ஒரு உதவிக்கரத்தை எதிர்பார்க்கிறார்கள். கொஞ்சம் ஆசுவாசப்படுத்திக்கொள்ள, இளைப்பாற, மரத்தின் மீது அமர்ந்து விசுக்கென்று நழுவி மேலெழும் சிட்டுக்குருவியை, ஒரு நிமிடம் பார்த்து ரசிக்க, எங்கிருந்தோ காற்று எடுத்துவரும் நலம்தானா? உடலும் உள்ளமும் நலந்தானா?

வைக் கேட்டு, ஏதோ, தங்களைத்தான் விசாரிக்கிறார்களென ஆறுதலடைந்து, மீண்டும் வெகுதூரம் பயணிப்பதற்கான சக்தியைத் திரட்டிக்கொள்கிறார்கள்.

பிறகு, தங்கள் கூடையை மீண்டும் தலையில் ஏற்றிவைக்க ஒரு உதவும் கரத்தை எதிர்பார்க்கிறார்கள்.

ஒரு ஆலமரம் தனது கரத்தில் நிழலை வைத்திருக்கிறது. ஒரு மா மரம் தனது கைகளில் கனிகளை வைத்திருக்கிறது. ஒரு வேம்பு தனது கரங்களில் மூலிகையை வைத்திருக்கிறது. தென்னைக்கு ஒற்றைக் கரம்தான். ஆனாலும் தாகத்தோடு வருபவர்களுக்காக அது தண்ணீர்க் கிண்ணங்களை ஏந்தியிருக்கிறது.

தனது கரங்களால் பறவைகளையும் சிற்றுயிரிகளையும் தாங்கிக் கொள்ளும் மரங்களிடமிருந்தே நாம் கரங்களின் பயனறிய வேண்டும்.

வருத்தப்பட்டு பாரம் சுமப்பவர்களே என்னிடம் வாருங்கள்! என்கிறார் ஏசுநாதர்.

சிலுவையாக இருந்தாலும் கனிக்கூடையாக இருந்தாலும் பாரம் பாரமே!

பாரங்கள் சிலருக்குத் தலையிலிருக்கின்றன. சிலருக்கு மனசில் இருக்கின்றன.

நம்மோடு இருப்பவர்கள் சுமையோடு இருக்கிறார்களா? என்பதை அறியும் விழியும் மனமும் நமக்கு வேண்டும்.

அது வாய்க்கப் பெற்றால் நமது கரங்கள், தாய் முலையைப்போல் கருணை சுரக்கும்!

◼

35. அப்பாவின் சைக்கிள்

மாடுகளுக்கு ஏன் சிரிக்கத் தெரியவில்லை? ஆகாயம் ஏன் நீலமாக இருக்கிறது? மீன்கள் தண்ணீருக்குள் எப்படி தூங்கும்? கடவுளுக்குப் பசியெடுக்குமா?

அப்பா சைக்கிள் மிதித்துக் கொண்டிருப்பார். காலை இளவெயில். அவரது வெள்ளை சட்டையின் முதுகுப் பக்கம் நனைந்திருக்கும்.

கேரியரில் உட்கார்ந்திருப்பேன். பள்ளிக்கூடம் வரும்வரை அவரிடம் ஏதாவது கேள்விகள் கேட்டபடி இருப்பேன். பக்கத்து ஊரான சி. கீரனூர் பள்ளியில் அவர் ஆசிரியர். நான் மாணவன்.

அப்பா என்னை சைக்கிளில் அழைத்துச் செல்லும் பாதை அழகானது. இரு மருங்குகளிலும் நெல், கரும்பு வயல்களைக் கொண்டது. ரலே சைக்கிளை அவர் வாங்கி வந்த இரவு எனக்கு சரியாக தூக்கம் பிடிக்கவில்லை.

நள்ளிரவு எழுந்து வந்து அதை தடவியபடி இருந்தேன். சைக்கிள் மணியை ஒலித்தபோது தூக்கம் கலைந்து அப்பா வந்தார். என்னை தோட்டத்துக்கு அழைத்துபோய் சிறு நீர் கழிக்க வைத்து மீண்டும் உறங்க வைத்தார்.

எங்கள் சைக்கிளுக்கு சிறகு முளைத்திருந்தது. வானத்திலிருந்து சைக்கிளை அப்பா கீழே போட்டுவிடுவாரோ! நான் அஞ்சவில்லை. அப்பாவின் சைக்கிள் கேரியரிலிருந்து பிள்ளைகள் விழமாட்டார்கள். அப்படியே விழுந்தாலும் ரத்தம் வராது. தக்காளி சட்னிதான் வரும். பிள்ளைகள் அதைத் தொட்டு நக்கிப் பார்ப்பார்கள்.

வானத்திலிருந்து எங்கள் வெள்ளாற்றைப் பார்த்தேன்.

அது ஒரு வெள்ளி அரைஞாண் கொடிபோல் தெரிந்தது.

பாராசூட்டைப்போல சைக்கிள் மெல்ல மெல்ல தரையிறங்கியபோது, தோட்டத்தில் சேவல் கூவியது.

ஒரு நாள் கேரியரில் உட்கார்ந்தபடியும் கனவுகண்டேன். வீலில் கால் மாட்டி 'அம்மா' வென அலறினேன். அப்பா வேட்டியைக் கிழித்து கட்டுபோட்டார்.

அந்தக் கிழிந்த வேட்டியோடு வகுப்பறையில் article நடத்தினார்.

எங்கள் பயணத்தின் இடையே சில நாட்கள் சைக்கிள் பஞ்சராகியிருக்கிறது. என்னை அமர வைத்து சைக்கிளை தள்ளியபடி வருவார்.

சில நாட்களில் செயின் கழன்றுவிடும். ஒரு வேப்பமர நிழலில் அப்பா என்னை அமர வைப்பார். செயினை பொருத்துவார். கைகளில் மசி இழும்பியிருக்கும். கைகளைப் பக்கத்தில் ஓடும் வாய்க்காலில் கழுவுவார்.

அப்பாவுடைய சைக்கிள் ஒரு ஜென் குரு. அது எங்களுக்கு அமைதியை, பொறுமையை, நிதானத்தை, சாத்வீகத்தை கற்றுக்கொடுத்தது.

ஒரு கல்யாண வீட்டின் இரவு. அப்பா களைத்து உறங்கிக் கொண்டிருந்தார். ஒருவர் அப்பாவை எழுப்பி சைக்கிள் சாவியைக் கேட்டார். அப்பா சாவியை எடுத்துக் கொடுத்தார். காலையெழுந்தபோது அப்பா யாரிடம் சாவியைக் கொடுத்தாரோ, அவரை உறவினர்கள் திருடர் என்றார்கள்.

எந்த வன்முறையும் செய்யாமல் திருட அனுமதிக்கும் பெரிய மனசு அப்பாவாக்கும் அவரது ரலே சைக்கிளுக்கும் இருந்தது.

அப்பா ஹெர்குலிஸ் வாங்கியபோது எனக்கு குரல் உடைந்திருந்தது. மறைவிடங்களில் மயிர்க்கால்கள் எட்டிப்பார்த்தன.

எங்கள் ஊருக்கு சைக்கிள் வித்தை காட்டும் ஷாஜகான் வந்தார். அவரது மும்தாஜ் ரெகார்ட் டான்ஸ் ஆட, அவர் சைக்கிள் சீட்டில் நின்றார், படுத்தார், உருண்டார்.

அப்பாவுடைய ஹெர்குலிஸில் நான் ஷாஜகானளவு இல்லை.

அஞ்சலை பார்க்கிறாளே! என்று ரெண்டு கைகளை மட்டும் ஹேண்டில் பேரிலிருந்து எடுத்தேன்.

என்னை பக்கத்து வாய்க்காலிலிருந்து தூக்கிவிட்டது மட்டுமில்லை. 'இதை யாரிடமும் சொல்லமாட்டேன்!'

கமுக்கமாகச் சிரித்தபடி தலை துவட்டி விட்டாள்.

ஒரு நாள்கூட சைக்கிளில் அம்மாவை வைத்து ஓட்டியதே இல்லை அப்பா.

அப்படி ஒரு சந்தர்ப்பமே அமையவில்லையா?

நிலவுடமை சமூகம் ஏற்படுத்திய தயக்கமா? தெரியவில்லை.

சிந்து, சுடர், கார்க்கி அனைவருக்குமே சைக்கிள் வாங்கிக் கொடுத்தோம். அவர்கள் பள்ளி முடித்தார்கள். தேவைப்படுகிறவர்களுக்கு அந்த சைக்கிள்களை கொடுத்து விட்டோம்.

தான் போகும் பாதையில் கார்பனை எரிக்காமல், மறையும்வரை அப்பா வாழ்ந்தார்.

எங்கோ புழுதிக்காட்டில் இருந்த இரண்டு பிள்ளைகளை ஒரு சைக்கிளில் மிதித்தே சற்று வசதியான இடத்துக்கு அழைத்து வந்தார்.

எதிர் மேடுகளில் பெடலை சிரமப்பட்டு மிதித்தபோது அவர் இதயத் துடிப்பை நாங்கள் கேட்டோம். வேர்வையோடும் முனைப்போடும் உயரம் ஏறுவதை, அப்பாவிடமும் அவர் சைக்கிளிடமும் கற்றோம்.

அப்பா மட்டுமல்ல. அவர் சைக்கிளும் நீதிமான்!

36. அறம்புரி சுற்றம்

பிழைகள் செய்வதில் ஆர்வமுடைய நான் ஒரு கிரிமினலாகக்கூட வளர்ந்திருப்பேன்.

ரத்தினசபாபதி என்கிற நல்லாசானின் மகன், என்கிற சுமையை என் வாழ்வின் நெடும்பாதையெங்கும் சுமந்திருக்கிறேன்.

தவறு செய்ய விழைகிறபோதெல்லாம், இந்த மகன் அடையாளம் தொந்தரவாக இருந்திருக்கிறது.

தனியாக இருந்த வேளையிலும் ஒரு குரோமசோமாக என்னுள்ளிருந்தவர் அவர். சட்டங்களும், சமூகமும், அரசும் கண்காணித்தபோது, அவர் என்னை வழிநடத்துகிறார்! என்பதை உணர, கரிகாலன் ஒரு மகன் ஆனான்.

ஒரு ஆசிரியனாகக் குறைந்த ஊதியத்தில் வாழ்க்கையை நடத்திய அவர் தனது வாழ்நாள் முழுவதும் ஒரே வண்ணத்தை அணிந்தார்.

பக்கத்து நகரத்துக்கு சென்றவர், பசியோடு திரும்பினார். அம்மா கையளித்த ஒரே ருசியை உண்டார். சாப்பிடவும் செலவழிக்காதவர் எனக்காக அமுதாகணேசன், லஷ்மி எழுதிய ராணிமுத்துவை, ஆனந்தவிகடனை வாங்கிவந்தார்.

குடை வாங்கிக் கொடுத்தால் நைந்துவிடும். காலமெல்லாம் மகனுக்கு நிழல் வேண்டுமேயென வரப்போரங்களில் தென்னங் கன்றுகளை நட்டுவைத்தார்.

எங்கள் வீட்டில் டிவி இருந்ததில்லை. முப்பது பசுக்கள் இருந்தன. எங்கள் வீட்டில் பிரிஜ் இருந்ததில்லை. மண்குடங்களும், உரிகளில் மோரும் வெண்ணெயும் நிரம்பிய கலயங்களும் இருந்தன.

எங்கள் அம்மாவும், அவள் கண்சிவக்க ஊதிய மண் அடுப்பும் இருந்தவரை எங்கள் வயிற்றில் பசி இருந்ததில்லை.

எங்களை யார் குறை சொன்னாலும் அவரெதிரே விட்டுக் கொடுக்காமல், தனியறையில், அப்பாவின் பெயரைக் கெடுக்கலாமா? என அம்மா அழுதபோது என் முட்கள் உதிர்ந்துபோயின.

வயதானபோதும் காதலொடு வாழ்ந்த அவர்கள் வாழ்க்கையில் இருந்துதான் நான் குடும்பத்தை கற்றபடி இருந்தேன்.

பிள்ளைகள் வளர்ந்தார்கள். சிந்து அப்பா, சுடர் அப்பா, கார்க்கி அப்பா என்கிற பாத்திரம் மீண்டும் எனது சுயத்தை தீண்டிப்பார்த்தது. நாம் செய்கிற சிறு தவறும் பிள்ளைகளின் நற்பெயரைக் கெடுத்துவிடும் என்கிற எச்சரிக்கை எப்போதும் இருந்தது.

குளங்களை பஞ்சாயத்தோ, அரசோதான் வெட்ட வேண்டுமா? நாமே வெட்டுவோம்! தோட்டத்தில் ஒரு குளத்தை சுடரும் தமிழும் வெட்டியபோது, அதில் பூத்த முதல் அல்லியில் என் நெஞ்சில் கள் வடிந்தது.

வளர்ந்த மகள்களோடு ஒரே அறையில் தூங்க எளிய வாழ்வு நிர்பந்தித்தபோது, எனது மதுக்குவளையை நிரந்தரமாக உடைத்தேன். நான் அறிந்திராத டால்ஸ்டாயின் வேறு முகத்தை, தாஸ்தாயேவ்ஸ்கியின் புதிய கதையை சொல்லி, எனக்கு வயதாகாமல் பார்த்துக் கொண்டார்கள் பிள்ளைகள்.

அவர்களிடம் பேசுவதற்காக, சொற்களை, சிந்தனையை, பண்பாட்டை நான் இன்னும் இன்னும் இளமையாக்க வேண்டியிருந்தது. குழந்தைகள் என் அப்பாவைவிட ஒரு படி உயர்ந்தார்கள். நமக்காக வாழ்வது இல்லை. நாம் சார்ந்த சமூகத்துக்காக வாழ்வதே வாழ்க்கை!

இதோ. ஒவ்வொரு நாளிலும் கணியன் பூங்குன்றனாய் வாழ்ந்து காட்டுகிறார்கள்.

வெறும் கரிகாலனாக இருந்திருந்தால் இந்த வாழ்வு எப்போதோ சலித்திருக்கும். மகனாக, அண்ணனாக, தம்பியாக, கணவனாக உயர்ந்து அப்பாவானான் கரிகாலன்.

அவனது வேர் அவன் அப்பா, அம்மா. அவனது கனிகள் குழந்தைகள். இன்று குடும்பதினம்.

ஒரு வைரஸ், வேறெப்போதையும்விட குடும்பத்தின் அருமையை உணர்த்தியிருந்தது. குடும்பம் எனும் அமைப்பின் துணையால் நாம் நம் தனிமைப்படுதலை வென்றிருந்தோம்!

◘

37. உயிர்களிடத்தில் அன்பு வேண்டும்

வேலையில் சேர்ந்த புதிது.

நானும் தமிழும் விருத்தாசலம், ஆயியர்மடத் தெருவில் வாடகை வீட்டில் குடியிருந்தோம்.

நாய் வளர்க்கக் கூடாது. எனக் கூறிதான் வீடு கொடுத்தார்கள். அப்போது சிந்து கைக்குழந்தை.

சுடர் வயிற்றில். ஒரு மழைக்கால நள்ளிரவு.

பாத்ரூம் போக எழுந்தேன்.

மெலிதாக ஏதோ கத்தும் சத்தம் .

சத்தம் வந்த திசையில் சென்றேன்.

கிச்சன் சிங்க்குக்கு கீழே ஒரு வெள்ளை நாய்க்குட்டி .

தமிழை எழுப்பினேன்.

'கிச்சனில் ஒரு நாய்க்குட்டி !'

என்றதும் தூக்கம் கலைந்தார்.

வீட்டுக்கு அருகே ஆற்றங்கரை.

புதர் போன்ற இடம். முதல்நாள் மாலை. பள்ளிவிட்டு தமிழ் வந்திருக்கிறார்.

இந்த நாய்க்குட்டி மழையில் நனைந்து, நடுங்கியபடி நின்றிருக்கிறது. எடுத்து வந்திருக்கிறார்.

'வீட்டுக்காரரர் நாய் வளர்க்கக் கூடாதுன்னு சொல்லியிருக்கார். ஞாபகம் இல்லையா ?' முறைத்தேன்.

பிறகு படுத்து தூங்கிவிட்டேன். சிறிதுநேரம்தான். மீண்டும் மெலிதான சத்தம். அழுகையொலி போலிருந்தது. எழுந்தேன். பக்கத்தில் தமிழ்தான். அழுதபடி படுத்திருந்தார்.

நான் சண்டை போட்டதால், நாய்க்குட்டியைத் தூக்கி வந்த இடத்திலேயே விட்டு வந்திருக்கிறார். மழை வேறு பெய்கிறது. குடையை எடுத்துக் கொண்டு வெளியே வந்தேன். ஆற்றங்கரை புதருக்கு சென்றேன்.

அங்கு, அந்தக் குட்டி மழையில் நடுங்கியபடி பாவமாக நின்றது. தூக்கினேன். ஆதரவாக ஒட்டிக் கொண்டது. கையை நக்கியது.

முதலில் அசூசையாக இருந்தாலும், அந்த அன்பின் ஸ்பரிசம் மழைக்குளிரில் இதமாக இருந்தது.

மறுநாள் காலை. விடுப்பு சொல்லிவிட்டு, அந்த நாய்க்குட்டியை மருங்கூருக்கு எடுத்துச் சென்றேன். எங்கள் வயல்களை குத்தகைக்கு பயிர் வைக்கும் தம்பி வீரகாந்தன். அவரிடம், அதை ஒப்படைத்து வளர்க்க வேண்டினேன்.

'உயிர்களிடத்தில் அன்பு வேண்டும் தெய்வம் உண்மை என்று தானறிதல் வேண்டும்!' என்று எனக்கு உணர்த்தியவர் தமிழ்.

அவரை மணம்புரிந்து எங்கள் வீட்டுக்கு அழைத்து வந்த நேரம். தமிழ் அவர் ஊரில் ஒரு நாய் வளர்த்தார். தினமும் அது அவரோடு பள்ளிக்குச் செல்லும். மாலை அவரோடு வீட்டுக்குத் திரும்பும்.

தமிழ் வேலையை விட்டு எங்களூருக்கு வந்த பின்னும் அந்த நாய் தமிழ் பள்ளிக்கு போனது. திரும்பியது. எதுவும் சாப்பிடாமல், தூங்காமல் பிரிவுத் துயரில் சில நாட்களிலேயே செத்துப்போனது.

அன்பு என்பது என்ன? மனிதநேயம், இரக்கம், பாசம் ஆகியவற்றை குறிக்கும் நல்லொழுக்கமே அன்பு.

இதைதான்,

'எத்துணையும் பேதமுறாது
எவ்வுயிரும் தம்முயிர் போல்
எண்ணி உள்ளே
ஒத்துரிமையுடையவராய்'

என்பார் வள்ளலார்.

நேற்று அமேசான் பிரைமில் இத்தகைய உயிரிரக்கம் கோரும் படம் ஒன்றைப் பார்த்தேன். நல்ல காரியங்களைத் தொடர்ந்து செய்துவரும் நட்சத்திரத் தம்பதிகள் சூர்யா, ஜோதிகா தயாரித்திருக்கும் படம் ‘ஓ மை டாக்’.

குழந்தைகளுக்கென்று கதைகள், பாடல்கள், நாடகங்கள், சினிமாக்கள் இல்லை! என எல்லோரும் புலம்புகிறோம். ஒரு சிலரே நம்மால் இயன்றதை செய்வோம் என களத்தில் இறங்குகிறார்கள்.

வேலுசரவணன் போன்ற நாடகக்கலைஞர்கள், விஷ்ணுபுரம் சரவணன் போன்ற புனைகதையாளர்கள் இக்குறையைத் தீர்க்க தம்மளவில் முயல்கிறார்கள்.

சூர்யா, ஜோதிகா, இயக்குநர் சரோவ் சண்முகம் போன்றோர். மை டாக் போன்ற படங்களை உருவாக்குகிறார்கள்.

ஓ மை டாக் இராம. நாராயணன் டைப் படம் இல்லை. உயிரனங்களை வைத்து சர்க்கஸ் செய்யாமல், உயிர்கள் மீது அன்பு செலுத்த வேண்டும்! எனும் தாக்கத்தை உருவாக்குகிற படம்.

ஓ மை டாக் கதையைச் சுருக்கமாகப் பார்ப்போம். உயரின நாய்களை வளர்ப்பது, சர்வதேச நாய்க் கண்காட்சிகளில் நடைபெறும் போட்டிகளில் கலந்து கொள்வதென ஆர்வம் காட்டுகிறவர் வினய்.

தொடர்ந்து தன்னுடைய நாயே சாம்பியனாக வர வேண்டும். என்பதற்காக எத்தகைய வில்லத்தனங்களையும் செய்யத் தயங்காதவர்.

இவரது சைபீரியன் ஹஸ்கி, பிறவியிலேயே கண் தெரியாத குட்டி ஒன்றை ஈனுகிறது.

தன் வேலையாட்களிடம் அதைக் கொன்று புதைக்க உத்தரவிடுகிறார். அவர்களிடமிருந்து தப்பும் அந்தக் குட்டி அர்னவ் விஜய்யிடம் தஞ்சமடைகிறது. படத்திலும் அருண் விஜய்யின் மகனாக நடித்திருக்கிறான் சிறுவன் அர்னவ்.

கண் தெரியாத அந்த நாய்க்குட்டிக்கு சிம்பா (தி லைன் கிங்) ஞாபகமாக என பெயர் வைக்கிறான். அதன் மீது அவன் காட்டும் பாசம் காண்பவரை நெகிழ்ச்சியடையச் செய்து கண்ணீரை வரவைப்பதாக இருக்கிறது.

தன் கண்தெரியாத நாய்க் குட்டிக்கு பார்வை வரவழைக்க நண்பர்களோடு சேர்ந்து காசு சேர்ப்பது, வினய்யின் வேலையாட்கள் கடத்தும்போது அதை மீட்பது, நாய்களுக்கான போட்டியில் பங்கேற்க தந்தை உதவியோடு பயிற்சியளிப்பது! என அர்னவ், நாம் நம் வீதியில் பார்க்கும் நாயன்பு கொண்ட சிறுவர்களைக் கண்முன் நிறுத்துகிறான்.

உயிரினங்கள் மீது சிறுவர்கள் கொள்ளும் அன்பு, தனக்கு தீங்கு செய்வோரையும் மன்னிக்கும் மனசை அவர்களிடம் எவ்வாறு உருவாக்குகிறது?

கருணை, இரக்கம் போன்ற உயரிய குணங்களை அவர்களிடம் எவ்வாறு வளர்க்கிறது? என்பதை. மை டாக் வெளிப்படுத்துகிறது.

'எவ்வுயிரும் என்னுயிர்போல் எண்ணி இரங்கவும் நின் தெய்வ அருட்கருணை செய்யாய் பராபரமே!' என இறைஞ்சுகிறார் தாயுமானவர்.

பாரதியும், வள்ளலாரும், தாயுமானவரும் கூறியதை நம் வாழும் காலத்தின் காட்சி மொழியில் பேசுகிறது இப்படம்.

எங்கள் வீட்டில் சிந்து, சுடர், கார்க்கி மட்டும் வளரவில்லை. ஜெர்ஸி, ஃபெலீஷியா, போன்ற நாய்களும் வளர்ந்தன. சாம்சங், நோக்கியா, போன்ற பூனைகளும் வளர்ந்தன. வளர்கின்றன.

வெளியூர் சென்றால் இவர்கள் பொருட்டு எங்களால் ஓர் இரவுகூட தங்க முடிந்ததில்லை.

பெற்றோர்களைவிட குழந்தைகளை நாய்களும் பூனைகளுமே நன்றாக வளர்க்குமென அறிந்தவர்கள் நாங்கள். இச்சிற்றுயிரிகளின் கண்களில் அன்பின் சமுத்திரத்தைப் பார்த்தார்கள் சிந்து, சுடர், கார்க்கி மூவரும்.

அவை, இக்குழந்தைகளின் கிளைகள் மீது ஏறி விளையாடியபோது, அக்கிளைகளில் முட்கள் உதிர்ந்து, பூக்கள் மலர்ந்தன.

சிந்து திருவாரூர் மருத்துவக் கல்லூரியில் சேர்ந்த முதல் நாள். வீட்டிலிருந்து தமிழ் அம்மா ஃபோன் செய்தார். பத்தாண்டுகள் சிந்துவோடு வளர்ந்த ஜெர்ஸி (ஜெர்மன் ஷெப்பர்டு. இறந்து விட்டது.

சில நாட்கள் முன்தான் அதற்கு தமிழ் முடிவெட்டி விட்டார். ஷாம்பு போட்டு சிந்து குளிப்பாட்டிவிட்டார். சிந்துவுக்கு தெரியாமல் எங்கள் கண்ணீரைத் துடைத்தோம்.

மறுநாள், தோட்டத்து எலுமிச்சை அடியில் புதைக்கப்பட்டிருந்த ஜெர்ஸிக்கு பாலூற்றி வணங்கினார் தமிழ்.

நம் குழந்தைகள் வாழ்க்கையில், தாத்தா, பாட்டி, அப்பா, அம்மா, மாமா, அத்தை.. இத்தகைய உறவுகளைப்போல, ஃபெலீஷியா, ஜெர்ஸி, ஸிம்பா போன்ற நாய்க்குட்டிகளும் இருக்கின்றன. அவை நம் குழந்தைகளின் மனசை மிருதுவாக்கின. ஈரமாக்கின.

இந்தக் கோடையை குழந்தைகளோடு கொண்டாட 'ஓ மை டாக்' அவசியம் பாருங்கள். ஒரு நாய்க்குட்டியை நேசித்து வளர்க்கிற குழந்தைகள், வயதாகும்போது தம் பெற்றோரை மட்டும் நடுத்தெருவில் விட்டுவிடுமா என்ன?

◘

38. பாட வேறுபாடு

புறநானூற்றின் முதல் பதிப்பை 1894 இல் கொண்டு வந்தவர் உ.வே.சாமிநாதையர். இவரைப் போலவே பின்னத்தூர் நாராயணசாமி அய்யர் போன்றோரும் சங்க இலக்கியங்களைப் பதிப்பித்திருக்கிறார்கள் .

இவர்கள் பதிப்பித்த சங்கப் பாடல்களில் பாட வேறுபாடுகள் காணப்படுவதில் வியப்பில்லை. சங்ககால நூல்கள் ஓலைச்சுவடிகளில் எழுதப்பட்டவை. ஓலைச் சுவடிகளில் மெய் எழுத்துகளின் மீது புள்ளி வைக்க முடியாது. கி. மு காலத்தில் எழுத்பட்ட சங்கப் புலவர்களின் மூலச்சுவடிகள் உ.வே.சா போன்றோர் காலத்தில் கிடைக்க வாய்ப்பில்லை. மூலச்சுவடிகளைப் பார்த்து எழுதிய வழிச்சுவடிகளே இவர்களுக்கு கிடைத்தன.

மூலச்சுவடியைப் பார்த்து படி எடுத்த எல்லோரும் தமிழில் விற்பன்னர்கள் அல்லர். குறைந்த ஊதியத்துக்கு எழுதியிருக்கிறார்கள். சில இடங்களில் சார்போடும், கவனமின்மையோடும் எழுதியிருப்பார்கள். இதன் விளைவாக சங்க இலக்கியங்களில் பாட வேறுபாடுகள் தோன்றியிருக்கின்றன.

சங்க இலக்கியப் பனுவல்கள் வடமொழித் தாக்கத்தால் எழுத்தப்படவை. என நிறுவும் முயற்சிகளும் இதன் வழி நிகழ்ந்தன. பரிமேலழகரின் திருக்குறள் உரையில் ஆரியசார்புகள் அதிக அளவில் காணப்படுகின்றன. இவரைப்போலவே குறளுக்கு உரை எழுதிய ஆர். இராமச்சந்திர தீட்சிதர், கே.வி. இராமசாமி ஐயங்கார் போன்றோர்கள், கி.வா.ஜ போன்றோர்கள் திருக்குறளை இந்துமத நூலாக நிறுவும் முயற்சியில் ஈடுப்பட்டார்கள்.

அறத்துப்பால் மனுவை அடிப்படையாகவும், பொருட்பால் அர்த்தசாஸ்த்திரத்தை அடிப்படையாகவும், இன்பத்துப்பால் வாத்சாயரின் காமசாஸ்த்திரத்தை அடிப்படையாகவும் கொண்டவை என இலக்கியப் பரப்பில் நிறுவுகிற முயற்சியில் ஈடுபட்டனர்.

இம்முயற்சிகளை முறியடிக்கும் பணியை தமிழ் அமைப்புகளும், திராவிட இயக்கங்களும் செய்யத் தொடங்கின.

திருக்குறளுக்கு பகுத்தறிவு நோக்கிலான உரையை எழுத திரு. வி.க தலைமையில் குழு ஒன்றை அமைத்தார் பெரியார். அவர் விரும்பிய உரையை ராவண காவியம் எழுதிய புலவர் குழந்தை அவர்கள் மிகக் குறுகிய காலத்தில் எழுதியளித்தார்.

அவரைத் தொடர்ந்து பாரதிதாசன், நெடுஞ்செழியன், கு.ச.ஆனந்தன், கருணாநிதி உள்ளிட்ட திராவிட இயக்கத்தினர் குறளுக்கு உரை எழுதினார்கள்.

காலப்போக்கில் பரிமேலழகர் உரை வழக்கொழிந்தது. மு.வ அவர்களின் உரை தமிழ் வெகுசனப் பரப்பை சென்றடைந்தது.

உலகில் தனித்த சிறப்புடைய பழம்பெரும் செம்மொழி தமிழுக்கு, காவி வண்ணம் பூசும் முயற்சி, காலம் தோறும் நடந்த வண்ணம் இருக்கிறது.

இன்று புறநானூற்றில் 34 வது பாடல் குறித்து எழுத விரும்பினேன். இந்தப் பாடலின் ஒரு சொல் உ.வே.சா பதிப்பில் ஒன்றாகவும், சைவ சித்தாந்த நூற்பதிப்புக் கழக பதிப்பில் வேறு ஒன்றாகவும் இடம் பெற்றுள்ளது. ஆகவேதான் இங்கு பாட வேறுபாட்டை பற்றி பேச வேண்டிய அவசியம் உருவானது.

ஆலத்தூர் கிழார் எழுதிய அந்த புறநானூற்றுப் பாடலை (சை.சி.நூ.ப.க) காண்போம். பாடலை வாசிப்பதற்கு முன்பாக, இப்பாடல் எழுதப்பட்ட பின்னணியைத் தெரிந்து கொள்வோம்.

குளமுற்றத்துத் துஞ்சிய கிள்ளிவளவன் கரிகாலனின் பரம்பரையில் வந்த சோழ மன்னன். புகாரை தலைநகராகக் கொண்டு சோழநாட்டை ஆண்டவன். கோவூர் கிழார். ஆலத்தூர் கிழார், வெள்ளைக்குடி நாகனார், மாறோக்கத்து நப்பசலையார், ஆவூர் மூலங்கிழார், இடைக்காடனார், ஆடுதுறை மாசாத்தனார், ஐயூர் முடவனார், நல்லிறையனார், எருக்காட்டூர்த் தாயங்

கண்ணனார் ஆகிய புலவர்கள் சோழன் கிள்ளிவளவனைப் புகழ்ந்து பாடிய பாடல்கள் புறநானூற்றில் இடம் பெற்றுள்ளன. அவற்றுள் ஒன்றுதான் ஆலத்தூர் கிழாருடைய பாடல்.

கிள்ளிவளவன் ஆலத்தூர் கிழாருக்கு நிறைய பரிசுகளை அளித்தான். அவற்றைப் பெற்று விடைபெறும் கிழாரிடம், 'நீங்கள் என்னை நினைத்து மீண்டும் வருவீர்களா?' எனக் கேட்டான் கிள்ளி வளவன்.

'செய்நன்றி கொன்றார்க்கு உய்வில்லை. உன்னை எந்நாளும் மறவேன். உன்னைப் புகழ்ந்து பாடாவிட்டால், கதிரவன் தோன்றமாட்டான். நீ நீண்ட நாட்கள் வாழ்க!' என்று ஆலத்தூர் கிழார், சோழ மன்னனை வாழ்த்தும் வகையில் இப்பாடல் அமைந்துள்ளது.

"ஆன்முலை யறுத்த வறனி லோர்க்கும் மாணிழை மகளிர் கருச்சிதைத் தோர்க்கும் குரவர்த் தப்பிய கொடுமை யோர்க்கும் வழுவாய் மருங்கிற் கழுவாயு முளவென நிலம்புடை பெயர்வ தாயினு மொருவன் செய்தி கொன்றோர்க் குய்தி யில்லென அறம்பா டிற்றே யாயிழை கணவ காலை யந்தியு மாலை யந்தியும் புறவுக் கருவன்ன புன்புல வரகின்.

பாற்பெய் புன்கந் தேனொடு மயக்கிக் குறுமுயற் கொழுஞ்சூடு கிழித்த வொக்கலோடிரத்தி நீடிய வகன்றலை மன்றத்துக் கரப்பி லுள்ளமொடு வேண்டுமொழி பயிற்றிஅமலைக் கொழுஞ்சோ றார்ந்த பாணர்க்.

கலாச் செல்வ முழுவதுஞ் செய்தோன் எங்கோன் வளவன் வாழ்க வென்றுநின் பீடுகெழு நோன்றாள் பாடே னாயிற் படுபறி யலனே பல்கதிர்ச் செல்வன் யானோ தஞ்சம் பெருமவிவ் வுலகத்துச் சான்றோர் செய்த நன்றுண் டாயின்இமயத் தீண்டி யின்குரல் பயிற்றிக்

கொண்டன் மாமழை பொழிந்த
நுண்பஃ றுளியினும் வாழிய பலவே."

(புறநானூறு 34)

பாடாண்திணை, இயன் மொழி துறையில் அமைந்த பாடல் இது.

பசுவின் முலையை அறுத்து உண்ணும் பாவிகள், மகளிரின் கருவை அழித்தவர்கள், பெற்றோர்களுக்குத் தவறிழைத்தவர்கள் போன்றோரது பாவச் செயல்களுக்கும் பரிகாரம் உண்டு. ஆனால், ஒருவன் செய்த நற்செயல்களை அழித்தவர்களுக்கு அவற்றின் விளைவுகளிலிருந்து விடுதலை இல்லை! என அறநூல்கள் கூறுகின்றன. தேர்ந்தெடுத்த அணிகளை அணிந்தவளின் கணவனே! காலையிலும் மாலையிலும், புன்செய் நிலத்தில் விளைந்த புறாவின் முட்டை போன்ற, வரகரிசியைப் பாலிலிட்டு, சமைத்த சோற்றில், தேனும், கொழுத்த முயலின் இறைச்சியும் கலந்து, இலந்தை மரத்தடியில், வஞ்சமில்லாத உள்ளத்தோடு, பாணர்கள் உண்டு மகிழ்வார்கள்.

அப்பாணர்களுக்குத் தனது பெருஞ்செல்வம் அனைத்தையும் அளித்த என் தலைவன் கிள்ளி வளவன் வாழ்க! என உன்னை நான் பாடவில்லை எனில், கதிர்களை உடைய கதிரவன் தோன்றமாட்டான். நான் எளியவன். தலைவா, இவ்வுலகில் சான்றோர்கள் செய்த நற்செயல்கள் உண்டாயின், இமயத்தில் திரண்ட மேகங்கள், இனிய ஓசையுடன் பெய்த பெருமழையின் துளிகளைவிட அதிக நாட்கள் நீ வாழ்க! கிள்ளி வளவனை வாழ்த்துகிறார் ஆலத்தூர் கிழார்.

சை.சி.நூ.ப.கழகம் பதிப்பித்த இப்பாடலின், 'குரவர்த் தப்பிய கொடுமையோர்க்கும். எனும் வரி உ.வேசா பதிப்பில், 'பார்ப்பார்த் தப்பிய கொடுமையோர்க்கும்', என அமைந்திருக்கிறது. இது பரிமேலழகரின் உரை வழி நிகழ்ந்த பாட வேறுபாடாகும்.

பரிமேலழகரை முன்வைத்து குரவர் என்பதை பார்ப்பார் எனப் பதிப்பித்திருக்கிறார் உ.வே.சா. குரவர் எனும் சொல்லுக்கு பெற்றோர் என்பது பொருள். மனுதர்மம் அடிப்படையில் பரிமேலழகர் அறத்தை விளக்குவதால் குரவர், பார்ப்பார் ஆகியிருக்கிறார்.

உணவில் மட்டுமல்ல, மொழியிலும் கலப்படங்கள் செய்யப்படுகின்றன. ரஷ்ய நாவல்களை மொழிபெயர்த்த நூலோர்கள் 'ஓ காட்', என்பதை ஈஸ்வரா என்றெல்லாம் மொழிபெயர்த்தார்கள். தமிழில் மதக்கறை படிய, காவிக் கறை படிய அனுமதிக்கக் கூடாது என்பதால்தான் செம்மொழி இலக்கியங்களை இப்படி மீள் வாசிப்பு செய்ய வேண்டியிருக்கிறது!

39. ஜீன்ஸ் பெரியார்

ஒவ்வொரு விநாயகர் சதூர்த்திக்கும் கவனிப்பேன். வெரைட்டியாக விநாயகரை தயாரிப்பார்கள்.

உழைக்கும் மக்களில் இருந்து, ஐடி இளைஞர்கள் வரை அனைவரையும் கவரும் வகையில் விநாயகர் இருப்பார்.

கம்ப்யூட்டர் விநாயகர், ஜல்லிக்கட்டு விநாயகர், முருகனை சைக்கிளில் டபுள்ஸ் அடிக்கும் விநாயகர், டிராக்டர் ஓட்டும் விநாயகர், அறுவடைக்கு செல்லும் விநாயகர், புல்லுக்கட்டு சுமந்து வரும் விநாயகர் இப்படி உழவர்களோடு, வாலிபப் பசங்களோடு சேர்த்து, அடையாளப்படும் வகையில் விநாயகர் உருவங்களை தயாரிப்பார்கள்.

இந்துத்துவாவும் ஆர்.எஸ்.எஸும் இப்படி trending செய்தால், பெரியார் பிள்ளைகள் சும்மா இருப்பார்களா?

கையில் கிதார் வைத்திருக்கும் ராப் பெரியார், லுங்கி டான்ஸ் ஆடும் பாப் பெரியார், ஜீன்ஸ் போட்ட யூத் பெரியார், என இளம் ஓவியர்கள் தங்கள், சமகால ரசனைக்கு ஏற்ப பெரியாரை வரைந்து தள்ளியிருக்கிறார்கள்.

இன்று ஜீன்ஸ் உடையில் பெரியாரைப் பார்த்தேன். அந்தப் படம் பெரியாரின் நவீன மனதைப் பிரதிபலிப்பதாக இருந்தது.

இன்று பெரியார் இருந்திருந்தால் நிச்சயம் ஜீன்ஸ் அணிந்திருப்பார்.

ஜீன்ஸுக்கு 150 ஆண்டு கால வரலாறு இருக்கிறது. அது சுரங்கத் தொழிலாளர்களுக்காகவும், கௌபாய்களுக்காகவும் தொடக்கத்தில் தயாரிக்கப்பட்டது.

1960 களில் அது ஹாலிவுட்டையும், பாப் காலாச்சாரத்தையும் பாதித்தது. ஒரு கட்டத்தில் ஜீன்ஸ் கலக உடையாக மாறியது. குறிப்பாக குளிக்காத அழுக்கு உடையாக ஹிப்பி நாகரிகத்தில் திகழ்ந்தது. பெரியாருக்கு குளிப்பது குறித்து மாற்று சிந்தனை இருந்தது. தாழ்த்தப்பட்டோரை குளத்தில் குளிக்க அனுமதிக்காமல் அவர்களுக்குச் சுத்தத்தைப் போதிப்பவர்களைச் சாடியவர் பெரியார்.

தான் ஆதிக்கசாதி என்பதால் குளிக்காமலேயே தன்னை கோவிலுக்குள் அனுமதிக்கிறது இந்து மதம்! என்றவர்.

முதலமைச்சரையோ எத்தகைய உயர் பொறுப்புகளில் உள்ளோரையோ சந்திக்க சென்றபோதெல்லாம் லுங்கி அணிந்து சென்றவர் பெரியார்.

உடை வசதிக்காக என்று சொன்னவர். 1969 இல்தான் சார்லோடே ரெய்டு என்ற அமெரிக்க பெண்மணிதான் முதன்முதலாக ஆண்கள்போல் கால்சராய் அணிந்தார்.

சமீபத்தில் உத்திரப்பிரதேசத்தில் ஜீன்ஸ் அணிந்ததற்காக 17 வயது சிறுமி அவரது உறவினர்களால் கொல்லப்பட்டது தோழர்களுக்கு நினைவிருக்கலாம்.

ஆனால் 1920 லேயே பெரியார், 'பெண்களே. உங்களுக்கு வசதியாக இருந்தால் ஆண்களைப்போல் உடுத்துங்கள்!' என்றார்.

எனக்கு உடையணிவதிலிருந்த மனத்தடைகளைப் போக்கியவர் பெரியார்.

இன்று நானும் பெரியாரும் ஜீன்ஸ், டீ ஷர்ட் அணிந்து யுனிகார்னில் நகர் வலம்வந்தோம்.

சந்தோஷ்குமார் தியேட்டர் பக்கத்தில் ரோட்டோர பீஃப் ஃப்ரை கடை. ரெண்டு ப்ளேட் ஆர்டர் சொல்லி, செல்ஃபி எடுத்தோம். கூட்டம் சேர்ந்துவிட்டது!